நெஞ்சமுண்டு நேர்மையுண்டு

காவிரிமைந்தன்

Title
Nenjam Undu Nermai Undu
Kavirimaindhan
ISBN: 978-93-6666-885-7

Title Code : Sathyaa - 138

நூல் தலைப்பு
நெஞ்சமுண்டு நேர்மையுண்டு

நூல் ஆசிரியர்
காவிரிமைந்தன்

முதற்பதிப்பு
பிப்ரவரி 2025

விலை : ₹ 180

பக்கம் : 145

Printed in India
Published by
Sathyaa Enterprises
No.134, First Floor,
Choolaimedu high road, Choolaimedu,
Chennai - 600 094.
044 - 4507 4203

Email
sathyaabooks@gmail.com

என்னுரை

எம்.ஜி.ஆர். – தமிழ்த் திரையில் பட்டொளி வீசி பறந்த பெயர்! இவருக்குக் கிடைத்த ரசிகர்கள் இன்றைக்கும் எம்.ஜி.ஆர். என்கிற பெயரில் புதிய சக்தி பிறக்கிறது என்றும் உத்வேகம் அடைகிறோம் என்றும், குறிப்பாக அவரின் பாடல்கள் மனதில் பதிந்துவிட்ட பாடங்கள். அவை ஒவ்வொன்றும் வாழ்க்கை யோடு பின்னிப் பிணைந்தவை என்றும் கட்டியம் கூறுகின்றார்.

தனி மனிதன் தன்னைத்தான் ஆள்வதற்கும், இவ்வுலகில் வெற்றிகரமாக வாழ்வதற்கும் இப்பாடல்களில் கூறுகள் உள்ளன. Positive attitude, positive energy, motivation, self-appraisal, self-improvement, co-ordination, co-operation, orientation, working towards success, achieving tasks, leadership qualities, controlling, organizing, executing, effort, hardwork, perseverance, self-confidence, determination, dedication, deciding, planning, goal setting, social works, extending help to others, be a part of this democratic set up, honesty, justice and so on.

நேர்மறை மனப்பான்மை, நேர்மறை ஆற்றல், ஊக்கம், சுய மதிப்பீடு, சுய முன்னேற்றம், ஒருங்கிணைப்பு, ஒத்துழைப்பு, நோக்குநிலை, வெற்றியை நோக்கிச் செயல்படுதல், பணிகளைச் சாதித்தல், தலைமைத்துவத் தகுதிகள், கட்டுப்படுத்துதல், ஒழுங்கமைத்தல், செயல்படுத்துதல், செயலாட்சி மேலாண்மை, முயற்சி, உழைப்பு, விடாமுயற்சி, தன்னம்பிக்கை, உறுதிப்பாடு, அர்ப்பணிப்பு, தீர்மானித்தல், திட்டமிடல், இலக்கை நிர்ணயித்தல், சமூகப் பணிகள், மற்றவர்களுக்கு உதவுதல், இந்த ஜனநாயக அமைப்பில் ஒரு

பகுதியாக இருத்தல், நேர்மை, நீதி, வாய்மை, இன்னும் பல...

செந்தமிழ் நாடெனும் போதினிலே – இன்பத்
தேன் வந்து பாயுது காதினிலே – எங்கள்
தந்தையர் நாடென்ற பேச்சினிலே – ஒரு
சக்தி பிறக்குது மூச்சினிலே   – மகா கவி பாரதியார்

என்பதைப்போல்.. எம்.ஜி.ஆர். பாடல்கள் கேட்கும் போதினிலே – மின்சாரம் பாயுது நெஞ்சினிலே – அவை ஒவ்வொன்றும் தருகிற ஊக்கத்திலே – புது சக்தி பிறக்குது மூச்சினிலே .. என்றால் அது மிகையில்லை.

எம்.ஜி.ஆர். மட்டும் இந்த நாட்டை ஆளப்பிறக்கவில்லை.. அவரின் பாடல்களும் இந்த நாட்டை ஆள்கின்றன என்ற ஆசிரியரின் கருத்திற்கு, 'எம்.ஜி.ஆரின் ஆளப்பிறந்த பாடல்கள்' நூலினை வெளியிட்டு உரையாற்றிய மாட்சிமிகு சென்னை பெருநகர மேனாள் மேயர் சைதை திரு.எஸ்.துரைசாமி அவர்கள் வாழ்க்கையில் எந்தத் துறையில் இருந்தாலும் மேலாண்மை செய்யும் பணியில் இருப்பவர்களுக்கு.. எம்.ஜி.ஆரின் பாடல்கள் நிச்சயம் உதவும் வழிகாட்டும், உயர்விக்கும் என்று குறிப்பிட்டதில் உண்மை நூறு சதவிகிதம் இருக்கிறது.

எம்.ஜி.ஆரின் பாடல்களிலும் மேலாண்மை என்கிற புதிய சிந்தனையை சத்யா எண்டர்பிரைசஸ் உரிமையாளர், அன்பிற்கினிய திரு.மணிவண்ணன் அவர்கள் வழங்கியபோது உள்ளம் பூரித்தது. நிச்சயம் இன்றைய தலைமுறை யினருக்கும், வருகின்ற தலைமுறைகளுக்கும் இப்படிப்பட்ட நோக்கில் எம்.ஜி.ஆரின் பாடல்கள் எடுத்துச் செல்லப்படின், அது நிச்சயம் பயனுள்ளதாய் அமையும் என்று கருதி எண்ணங்கள் தூய்மையாய் இருக்கும் வரை வெற்றி நிச்சயம் என்பதில் தெளிவாக, திடமாக, தீர்க்கமாக முனைந்து இந்நூலை உருவாக்கித் தமிழ் மக்கள் கரங்களில் தவழ விடுகிறோம்.

– அன்புடன்
காவிரிமைந்தன்

உள்ளே...

1.	நான் ஆணையிட்டால்...	7
2.	ஆடி வா..ஆடி வா..	10
3.	அச்சம் என்பது மடமையடா...	13
4.	தாயில்லாமல் நானில்லை	16
5.	நாடு அதை நாடு	20
6.	தூங்காதே.. தம்பி தூங்காதே..	23
7.	நீங்க நல்லாயிருக்கோணும் நாடு முன்னேற	26
8.	நல்ல பேரை வாங்க வேண்டும் பிள்ளைகளே..	30
9.	உலகம் பிறந்தது எனக்காக	33
10.	வாங்கய்யா வாத்தியாரய்யா	36
11.	கொடுத்ததெல்லாம் கொடுத்தான்	39
12.	உன்னையறிந்தால் நீ உன்னையறிந்தால்	42
13.	கண்ணை நம்பாதே உன்னை ஏமாற்றும்..	44
14.	ஏன் என்ற கேள்வி	47
15.	காலத்தை வென்றவன் நீ	51
16.	ஓடி ஓடி உழைக்கணும், ஊருக்கெல்லாங் கொடுக்கணும்	54
17.	வெற்றியை நாளை சரித்திரம் சொல்லும்	57
18.	நினைத்ததை முடிப்பவன் நான்.. நான்..	60
19.	நெஞ்சமுண்டு நேர்மையுண்டு	63

20.	ஏமாற்றாதே ஏமாற்றாதே	66
21.	என்னதான் நடக்கும் நடக்கட்டுமே	69
22.	உழைக்கும் கைகளே உருவாக்கும் கைகளே	72
23.	நாளை உலகை ஆள வேண்டும்.. உழைக்கும் கரங்களே!	74
24.	நாலு பேருக்கு நன்றி	76
25.	நான் யார் நான் யார்	80
26.	திருடாதே... பாப்பா திருடாதே...	83
27.	எங்கே போய்விடும் காலம் அது	86
28.	வேட்டையாடு விளையாடு	89
29.	அதோ அந்தப் பறவைபோல வாழ வேண்டும்	92
30.	அறிவுக்கு வேலை கொடு ... பகுத்தறிவுக்கு வேலை கொடு ...	96
31.	கண்போன போக்கிலே கால் போகலாமா?	98
32.	ஒன்றே சொல்வான் நன்றே செய்வான்	101
33.	நான் ஏன் பிறந்தேன்?	104
34.	வெற்றி மீது வெற்றி வந்து என்னைச் சேரும்	108
35.	சின்னப் பயலே.. சின்னப் பயலே.. சேதி கேளோடா..	112
36.	இந்தப் பச்சைக் கிளிக்கொரு செவ்வந்திப்பூவில் தொட்டிலைக் கட்டி வைத்தேன்..	115
37.	சிரித்து வாழ வேண்டும் பிறர் சிரிக்க வாழ்ந்திடாதே...	119
38.	இங்கு நல்லாயிருக்கணும்	123
39.	நல்ல நல்ல நிலம் பார்த்து	126
40.	அன்புக்கு நான் அடிமை..	130

1. நான் ஆணையிட்டால்...

திரைப்படத்தில் தோன்றி கதாநாயகனாக நடித்து - மாநில மக்களின் மனதில் நிலையான இடம்பெற முடியும் என்று முதன் முதலாக நிரூபித்தவர் எம்.ஜி. இராமசந்திரன் ஆவார். இது எப்படி சாத்தியம்? திரைப்படம் என்கிற ஊடகத்தை இவ்வளவு முழுமை யாக பயன்படுத்தியவர் இத்தரணியில் வேறு எவரும் கிடையாது! தனக்கென ஒரு நிரந்தர இடம் பெற்ற பின் - எம்.ஜி.ஆர். அவர்கள் ஏற்ற ஒவ்வொரு பாத்திரப் படைப்பிலும் தனிப்பட்ட கவனம் செலுத்தத் தொடங்கினார்.

குறிப்பாக பாடல்களில்.. அது கொள்கைப் பாடலாக இருந்தாலும் சரி.. காதல் பாடலாக இருந்தாலும் சரி.. அவர் செலுத்திய கவனம் ஒரு பக்கம் இருந்தாலும் அவருக்காக எழுதிய பாடலாசிரியர்கள் எம்.ஜி.ஆர். என்கிற கதாநாயகனைக் கருத்தில் கொண்டு எழுதிய தால் கருத்தோவியமாய் பாடல்கள் தோன்றின என்றால் அது மிகை யில்லை. இன்னும் சொல்லப்போனால், அமைந்துவிட்டன என்றே கொள்ளலாம். 'மலைக்கள்ளன்' திரைப்படத்தில் இடம் பெற்ற 'எத்தனைக் காலம்தான் ஏமாற்றுவார்' என்கிற பாடல் இன்னும்

எத்தனைக் காலம் ஆனாலும் பொருந்தும் எழுச்சிப் பாடலாக உலா வருகிறதல்லவா?

கவிஞர் வாக்கு பொய்ப்பதில்லை என்னும் வாக்கிற்கிணங்க.. கவிஞர் வாலி அவர்கள் எழுதிய இந்தப் பாடல்.. குறிப்பாக இந்தப் பல்லவி.. 'எங்க வீட்டுப் பிள்ளை' திரைப்படத்தில் கதாநாயகன் பாடுவதற்காக எழுதியதே என்றாலும் 1977ல் தமிழகத்தின் முதல் அமைச்சராகப் பொறுப்பேற்று இடைவெளியின்றி 11 ஆண்டுகள் தமிழகத்தை ஆண்ட வரலாற்றுக்கு இணையெங்கே?

கவிஞர் வாலிக்கு இந்த பாடல் மிகவும் பிடித்த பாடல். ஏன்? எம்.ஜி.ஆர்-க்கும் நமக்குமே பிடித்த பாடல்தானே!

நான்ஆணையிட்டால், அது நடந்து விட்டால்
இங்கு ஏழைகள் வேதனை படமாட்டார்.
உயிர் உள்ளவரை, ஒரு துன்பம் இல்லை.
அவர் கண்ணீர் கடலிலே விழமாட்டார்.
ஒருதவறு செய்தால், அதை தெரிந்து செய்தால்
அவன் தேவன் என்றாலும் விடமாட்டேன்!

இப்பாடலுக்காக கவிஞர் வாலி அவர்கள் முதலில் எழுதிய பல்லவி வேறு. ஆம்.. நான் அரசனென்றால் .. என் ஆட்சியென்றால்.. என்றே தொடங்கும். வழக்கம்போல் எம்.ஜி.ஆர். அவர்கள் அப்பாடலை தனது ராமாபுரம் தோட்டத்திற்கு எடுத்துச் சென்று அன்றிரவு கேட்டுப் பார்த்தபோது நாமே நம்மை அரசனென்று சொல்லிக் கொள்வது போலிருக்கும் இந்தப் பல்லவியை மாற்ற வேண்டும் என்று முடிவு செய்து அதற்கேற்றாற்போல் கவிஞர் வாலி அவர்கள் அடுத்த நாள் மாற்றிக் கொடுத்த பல்லவிதான் நான் ஆணையிட்டால்.. அது நடந்துவிட்டால் என்பதாகும்.

அன்று எழுதிய வரிகள்.. உயிர்பெற்று வந்ததுபோல்.. காலம் தனது ஓட்டத்தில்.. திரைப்படத்தின் கதாநாயகனை.. இந்த நாட்டின் முதல் அமைச்சராக்கி அழகு பார்த்தது என்றால் அதற்கு முழுக்க முழுக்க பொருத்தமானவராய் எம்.ஜி.ஆர். அமைந்திருந்ததே அதற்கு முதல் காரணமாகும்!

இந்தப் பாடல் காட்சியின் ஸ்டில்.. இன்றளவும் எம்.ஜி.ஆர். ரசிகர்களின் மனதில் வரையப்பட்டதாகவே திகழ்கிறது என்றால் அது மிகையில்லை!

பாடலின் மேலாண்மை அதிகாரம்

நான் ஆணையிட்டால் பாடலில் உள்ள வரிகள் - தலைமைப் பண்புகளை முன்னெடுத்துச் சொல்கின்றன.

எனது ஆணைகள் நடைமுறைக்கு வருகின்றபோது தவறுகள் நடக்க அனுமதிக்க மாட்டேன். அது கடவுளே என்றாலும் விட மாட்டேன். உழைப் பிற்கே முன்னுரிமை தருவேன். பிறரது பொருள்களைத் தொட மாட்டேன். தவறுகளை எதிர்த்து அவைகளைக் களைந்து புதிய பாதை வகுப்பேன்.

வாழ்வில் நாம் பின்பற்ற வேண்டிய அம்சங்களையெல்லாம் பட்டியலிட்டுப் பாடலாக்கியிருக்கிறார்.

Leadership qualities are very important from Supervisor to Managing Director. This song explains how a leader should be.

2. ஆடி வா..ஆடி வா..

ஆயிரம் கைகள் மறைத்து நின்றாலும்
ஆதவன் மறைவதில்லை..
ஆணைகள் இட்டே யார் தடுத்தாலும்
அலைகடல் ஓய்வதில்லை

கவிஞர் முத்துக்கூத்தன் அவர்களின் உள்ளத்தில் உதித்த சொற்கோலங்கள்.. பல்லவி முதலாய் சரணங்கள் அணிவகுத்தன!

வண்ணத்தமிழின் வதனம் இங்கே வடிவெடுத்து வருவதென்ன? சொல்லில் உள்ள பொருள் யாவும் சொல்லும் தன்மை கொள்வதென்ன? பல்லவியிலே ஒரு துள்ளல் பவனிவரும் மாயமென்ன? திரையில் தோன்றி நடிக்கும் காட்சியில் நம் அன்புத் தலைவரின் அழகென்ன? சண்டைக் காட்சியில் பாடல் இடம் பெறும் புதுமை யென்ன? கதையின் நாயகி.. அதற்கேற்றாற்போல் நடனம் புரிவதென்ன? இன்று பார்த்தாலும், கேட்டாலும் நமக்கெல்லாம் உற்சாகம் கரைபுரள்வதென்ன?

தடை மீறி போராட சதிராடிவா
செந்தமிழே நீ பகைவென்று முடிசூடிவா

சமர்புரியும் நேரமதில் நடக்கின்ற சதிராட்டம்.. அங்கே செந்தமிழே நீ பகைவென்று முடிசூடவா என்று அழைக்கின்ற யுக்தி அடடா சொல்ல வைக்கிறது!

மயிலாட வான்கோழி தடை செய்வதோ
மாங்குயில் பாட கோட்டான்கள் குறை சொல்வதோ
முயர்க்கூட்டம் சிங்கத்தின் எதிர் நிற்பதோ
அதன் முறையற்ற செயலை நாம் வரவேற்பதோ

வண்ண மயிலாட வான்கோழி தடை செய்ய முடியுமா? குயில் பாட கோட்டான்கள் குறை சொல்ல வாய்ப்பு உண்டோ? முயர்க் கூட்டம் சிங்கத்தின் எதிர் நிற்க முடியுமா? அதன் முறையற்ற செயலை நாம் எப்படி வரவேற்க முடியும்?

உயிருக்கு நிகர் இந்த நாடு அல்லவோ
அதன் உரிமைக்கு உரியவர்கள் நாம் அல்லவோ
புயலுக்கும் நெருப்புக்கும் திரைபோடவோ
மக்கள் தீர்ப்புக்கு எதிராக அரசாளவோ

நாட்டுப்பற்றை பறைசாற்றும் வரிகளோடு.. மக்களாட்சி மகத் துவத்தை நிறைவேற்ற நடத்தும் வேள்வியிது என்பதை நிலை நாட்டுகிற கவிஞர் முத்துக்கூத்தனின் கைவண்ணத்தை எத்தனைப் பாராட்டினாலும் தகுமே!

சத்யராஜா பிக்சர்ஸாரின் அரச கட்டளை திரைப்படத்தில் புரட்சித் தலைவரின் புகழ்கொடி பறக்க.. ஓங்கு தமிழ்க்குரலை டி.எம். சௌந்திரராஜன் வழங்கிட திரையிசைத் திலகம் கே.வி.மகாதேவன் அவர்களின் இனிய இசையில் உணர்ச்சிப் பெருக்கோடு உருவெடுத்த பாடல்! இது ஆடிவரும் பாடல் மட்டுமல்ல! நாட்டை ஆளவந்த பாடலும் ஆகும்!!

மற்றொரு செய்தி : இந்தப் பாடலின் பல்லவியை முதலில் கவிஞர் வாலி அவர்கள் எழுதி எம்.ஜி.ஆரிடம் காண்பித்தபோது எம்.ஜி.ஆர். அவர்களுக்கு கோபம் எழுந்ததாகவும், நான் ஆணையிட்டால் போன்ற பல்லவியும் பாடலும் தந்த கவிஞர் வாலி அவர்கள் ஏன் இப்படி ஒரு பல்லவி தருகிறார் என்று எம்.ஜி.ஆருக்குத் தோன்றியது

ஏன்? அந்தப் பல்லவிதான் என்ன?

ஆண்டவன் கட்டளைக்கு முன்னாலே - உன்

அரச கட்டளை என்னவாகும்?

கவிஞர் நெல்லை ஜெயந்தா அவர்கள் இத்தகவலை தெரிவித்துள்ளார். அந்தக் காலக் கட்டத்தில் ஆண்டவன் கட்டளை என்கிற பெயரில் ஒரு திரைப்படத்தை பி.எஸ்.வீரப்பா தயாரிப்பில் உருவாகி வந்தது. எம்ஜி.சக்ரபாணி அவர்களின் மகன் திரு. எம்.சி.ராமமூர்த்தி தயாரிப்பில் உருவான திரைப்படம் அரச கட்டளை. எனவே ஆண்டவன் கட்டளைக்கு முன்னாலே - உன் அரச கட்டளை என்ன வாகும் என்கிற வரி எம்.ஜி.ஆர் ஒப்புக்கொள்ளாத அல்லது மறுத்த பல்லவியானது.

எம்.ஜி.ஆருக்கு இருந்த நிகழ்கால கலையறிவு கவிஞர் வாலி அவர்களுக்கு இல்லாமலிருந்ததோ? ஒரு பாடலாசிரியர் தான் சார்ந்த பொருள் மட்டுமல்ல.. சமுதாயம் சார்ந்த பொருளையும் புரிந்தவராக இருக்க வேண்டும் என்பதற்கு இந்த நிகழ்வு சாட்சி யாகிறது.

பாடலின் மேலாண்மை அதிகாரம்

ஆடி வா..ஆடி வா..

ஆயிரம் கைகள் மறைத்து நின்றாலும்

ஆதவன் மறைவதில்லை

பாடலின் பல்லவியே கோடி பெறும்! இது வெறும் பாடல் அல்ல.. நம் வாழ்க்கைக்கான பாடம்! நமது முயற்சிகள் எத்தனை தடைகள் வந்தாலும் வெற்றி பெற்றே தீரும் என்கிற முழுமையான எண்ணத்தை நம் இதயத்தில் பதிக்க, சொற்பமான காரணங்கள் நம் லட்சியத்தை முறியடிக்க முயலும்.. அப்போதெல்லாம், நமது முழு முயற்சியால், திறமையால், வெற்றி பெற வேண்டும்.

Aims and Objectives are to be achieved irrespective of barriers whatever it is. This song gives various examples to add glory for the Targets.

3. அச்சம் என்பது மடமையடா...

மன்னாதி மன்னனுக்காக கவியரசு கண்ணதாசன் எழுதிய பாடல்! ஆம்.. இந்த நாட்டை ஆளப்போகும் எங்கள் மன்னவனுக்காக - பாடலாசிரியர்கள் தங்கள் தீர்க்க தரிசனத்தைப் பாட்டு வரிகளில் காட்டியுள்ளனர். குறிப்பாக இந்தப் பாடலின் வரிகள் தமிழ் இனத்தின் பெருமையை பறைசாற்றியதோடு மக்கள் மனதில் தங்களுக்குப் பிடித்த பாடல் என்று குறிப்பிடும் வகையிலும் அமைந்தது. இதற்கெல்லாம் முத்தாய்ப்பாக நமக்கெல்லாம் பல நூறு பாடல்கள் தந்து இது எம்.ஜி.ஆர் பாட்டு! எம்.ஜி.ஆர் பாட்டு! என்று சிந்திக்க வைத்து, ரசிக்க வைத்த எம்.ஜி.ஆர். அவர்களுக்கே மிகவும் பிடித்த பாடலிது என்பது குறிப்பிடத்தக்க செய்தி! மேலும் எம்.ஜி.ஆர். அவர்கள் தனது மகிழ்வுந்தில் பயணம் மேற்கொள்ளும் போதெல்லாம் அடிக்கடி விரும்பிக் கேட்கிற பாடலும் இது என்றால் இதைவிட இப்பாடல் பற்றி சிறப்பென்ன வேண்டும்?

ஒரு திரைப்படத்தின் துவக்கம் இப்படி உற்சாகம் துள்ளும் பாட்டு வரிகளுடன் அமைந்து விடும்போது ரசிகனின் மனதில் அத் திரைப்படம் ஒரு அரிய விருந்தாக அமையப் போகிறது என்கிற

எண்ணம் எழுந்து விடும்! நடேஷ் ஆர்ட் பிக்சர்ஸ் தயாரிப்பில் உருவான 'மன்னாதி மன்னன்' திரைப்படத்தின் தொடக்கக் காட்சி யாக புரட்சித் தலைவர் புரவிகள் பூட்டிய வாகனத்தில் பயணித்துக் கொண்டு இப்பாடலைப் பாடுவதாக காட்சி! இடையிடையே இப்பாடலைக் கேட்டு யார் பாடுகிறார் என்று தேடுகின்ற நாயகியாக நாட்டியப் பேரொளி பத்மினி! விஸ்வநாதன் ராமமூர்த்தி இரட்டை யர்கள் இசையில் குதிரைகளின் குழம்படிச் சத்தம் பின்னணி இசை யோடு தொடர்ந்து வர.. தமிழர்தம் வீரத்தை, பண்பாட்டை, விரிந்து கிடந்த ஆட்சிப் பரப்பை, மானத்தை பட்டயம் எழுதித் தந்ததுபோல் கருத்துக்களை ஆழமாகப் பதித்திருக்கிறார் கவியரசர் கண்ணதாசன்!

மற்றுமொரு செய்தி இப்பாடலுக்குள் உள்ளது. ஆம்.. மகாபாரதத்தில் கர்ணன் பாண்டவர்களோடு இணைந்திருந்தால் ஆறாவது நபராகக் கருதப்பட்டிருப்பான். கௌரவர்களான நூறு பேர்களுடன் இணைந்திருந்ததால் 'ஆறிலும் சாவு நூறிலும் சாவு' என்கிற சொற்றொடர் புதிய அர்த்தத்தைத் தந்திருக்கிறது பாருங்கள்! ஆறு வயதிலும் மரணம் நம்மைத் தொடலாம். நூறு வயதிலும் அது வந்து சேரலாம் என்கிற வழக்கமான அர்த்தத்தையும் தாண்டி மகாபாரதப் பாத்திரத்தோடு பொருத்திப் பார்க்கவும் ஏற்ற வரிகளாய்!

அச்சம் என்பது மடமையடா
அஞ்சாமை திராவிடர் உடமையடா
ஆறிலும் சாவு நூறிலும் சாவு
தாயகம் காப்பது கடமையடா
தாயகம் காப்பது கடமையடா

ஒரு திரைப்பாடலில் இப்படி தமிழர்தம் வரலாற்றை ரத்தினச் சுருக்கமாக எழுதிட முடியும் என்று நிரூபித்தவர் கண்ணதாசன் அவர்களே இப்படத்திற்கான கதை, வசனம் எழுதியவர் என்பதை யும் நினைவூட்டக் கடமைப்பட்டிருக்கிறேன்.

அறிமுகக் காட்சியில் எம்.ஜி.ஆரைப் பாருங்கள். எத்தனை அழகு! எத்தனைப் பொலிவு! சரித்திரப் படங்களிலும் ஏற்ற பாத்திரங்களுக் கெல்லாம் பெருமையைத் தந்தவர் எம்.ஜி.ஆர்! உள்ளத்தில் ஒரு புதிய சக்தியைத் தருவது எம்.ஜி.ஆர் பாடல் மட்டுமே!

பாடலின் மேலாண்மை அதிகாரம்

அச்சம் என்பது மடமையடா..

நாம் பிறந்த மண்ணுக்கும் நமது நாட்டிற்கும் பற்பல சிறப்புகள் உண்டு. அவை நமது மரபணுக்களிலும் நிறைந்திருக்கும். அப்படி தமிழனின் வாழ்வில் வீரமும் காதலும் இரண்டறக் கலந்திருக்க, அச்சம் என்பது மடமை என்றும், அஞ்சாமை திராவிடரின் உடைமையென்றும் தொடங்கும் இப்பாடலில் வரலாற்றுப் பதிவுகள் நம்மை உணர்வூட்டத்தக்கதாக உள்ளன. மேலும், வாழுகின்ற இவ்வாழ்க்கையில் நமது வாழ்வு சரித்திரமாக வேண்டும் என்பதை வலியுறுத்தி.. Be bold enough to face the life and achieve your targets successfully என்று சொல்கின்றன அல்லவா? உள்ளத்தில் ஒரு புதிய சக்தியைத் தருகிற இப்பாடலை தினமும் கேட்டுப் பாருங்கள்!

Courage is the most vital quality to be inhaled by anyone who wants to conquer Success.

4. தாயில்லாமல் நானில்லை

தாயின் காலடியில் உள்ளதடா சொர்க்கம் என்று நபிகள் நாயகம் கூறுகிறார். அன்னையும் பிதாவும் முன்னறி தெய்வம் என்கிறது நன்னெறி! தாய் எந்த உயிருக்கும் ஆதாரமானவள்! தாயை வணங்குதல் தரணியில் சிறந்ததென சான்றோர் முதலாய் சரித்திரம் சொல்லும்! தாய்க்கு ஈடாக இவ்வுலகில் ஏதும் கிடையாது என்பதும் யாவரும் அறிந்ததே!

அன்பு, கருணை, பரிவு, பாசம் இவைகளின் மொத்தப் படைப்பு தாய்மை! - அவள் அன்னை மட்டுமல்ல! வாழ்வின் ஆதாரம்! கடவுள் ஒவ்வொரு உயிருடனும் இணைந்திருக்க இயலாத காரணத்தால் - தாயை படைத்தான் இறைவன் என்பார்.

மக்கள் திலகம் எம்.ஜி.ஆர். தாயன்பு மிக்கவராய் வாழ்ந்தார் என்பது மட்டுமின்றி தனது ஒவ்வொரு திரைப்படத்திலும் தாய் என்கிற உறவுக்கு பெரிதும் முக்கியத்துவம் அளித்து தனது கோடான கோடி ரசிகர்களின் இதயங்களிலெல்லாம் தாய்மீது பாசம் மேலிட காரண மானார் என்பதுவும் மிகையில்லை.

எம்.ஜி.ஆர் பிக்சர்ஸ் சார்பில் தயாரிக்கப்பட்ட அடிமைப் பெண், கே. சங்கர் இயக்கத்தில் வெற்றிப் படைப்பாக வரலாற்றுப் பின்னணியில் வரையப்பட்ட கதை, திரைக்கதையில் முதல் பாடல் தாயைப் பற்றி அமைய வேண்டுமென எண்ணி பல்வேறு பாடலா சிரியர்களை வரவழைத்து எழுதிப் பெற்றார். வரையப்பட்ட பாடல்கள் ஒவ்வொன்றுக்கும் வழக்கம் போலவே அதற்கான பணத்தை அள்ளித் தந்தார். ஆனாலும் தான் திருப்தியடைகிற அளவு பாடல் வரப்பெறாமல் மேலும் மேலும் கவிஞர்களை எழுத வைத்தார். 40 பாடல்கள் எழுதப் பெற்றபின் 41வது பாடலாக கவிஞர் ஆலங்குடி சோமு அவர்கள் எழுதிய இப்பாடல் வரிகளில் ஒரு தெய்வ தரிசனம் கண்டார். அதையே படத்தில் இடம் பெறச் செய்தார்.

தாயில்லாமல் நான் இல்லை
தானே எவரும் பிறந்ததில்லை
எனக்கொரு தாய் இருக்கின்றாள்
என்றும் என்னை காக்கின்றாள் (தாயில்லாமல்)

திரைக்கதையின்படி, தன்னைப் பெற்ற தாயை முதன் முறையாகப் பார்க்கச் செல்லும் காட்சி! அத்தாயின் காலில் அடிமை விலங்கு பிணைக்கப்பட்டிருக்கிறது! அதை அகற்றும் முயற்சியில் தனயன் ஈடுபட, தாயோ... இந்த நாட்டில் எத்தனையோ பெண்கள் அடிமை களாக்கப்பட்டு அவர்களின் கால்களில் அடிமை விலங்கு பூட்டப் பட்டிருக்கிறது. அவைகளை எல்லாம் அகற்றிவிட்டு கடைசியாக உன் அன்னையின் விலங்கை அகற்றவா மகனே.. என்று ஆணையிடு கிறார்.

அம்மாவின் காலடியில் ஆசி பெற்று மகன் தன் கடமையாற்றப் புறப்படுகிற உணர்ச்சிகரமான கட்டம்! உயிரூட்டும் பாடல் வரிகள் திரையிசைத் திலகம் கே.வி.மகாதேவன் இசையில் ஓங்கார நாதத் துடன் பாடிட டி.எம்.சௌந்திரராஜன்!

திரையில் ஐந்து வடிவங்களாய் தோன்றும் எங்கள் எம்.ஜி.ஆர்..

அங்கே அன்னையின் முகம் விண்ணில் தோன்றி வாழ்த்துச் சொல்ல..

தாயைப் போற்றி.. அவள் சக்தியை எடுத்துரைக்க.. இந்த ஒற்றைப் பாடலுக்கு சக்தி உண்டு என்று எந்த சபையிலும் என்னால் கூற முடியும்!

எம்.ஜி.ஆர் பாடல்களில் இந்தப்பாடல்.. தாய்க்காக தனயன் முழக்கும் ராஜபாட்டை!

எம்.ஜி.ஆர் - தாய் பற்றி எடுத்துக் கூறிய எத்தனையோ சிகரங்களில் இப்பாடல் நிச்சயம் ஒரு இமயம்!

உலக சினிமா சரித்திரத்தில் தன் பெற்ற தாய்க்கு மக்கள் திலகம் எம்.ஜி.ஆரை தவிர வேறு எந்த நடிகராவது எம்.ஜி.ஆர். அளவிற்கு தாயின் சிறப்புகளை வெளிப்படுத்தி நடித்திருப்பாரா என்பது மிகப் பெரிய கேள்விக்குறி. ஏனென்றால் எம்.ஜி.ஆர். தன் தாயைத்தான் தெய்வமாக வணங்கி வந்தார்.

வீட்டை விட்டு புறப்படும்போது வெளியே உள்ள தாய்க்காக கட்டப்பட்ட சிறு கோவிலில் சில நிமிடங்கள் நின்று வணங்கிவிட்டு செல்வது வழக்கம். தாயின் பெருமைகளை, சிறப்புகளை உலகிற்கு உணர்த்தும் வகையில், தனது திரைப்படங்களில் தாய்க்கு பின் தாரம், தாய் மகளுக்கு கட்டிய தாலி, தாய் சொல்லை தட்டாதே, தாயை காத்த தனயன், தெய்வத்தாய், தாயின் மடியில், தாய்க்கு தலைமகன், குடியிருந்த கோயில், ஒரு தாய் மக்கள் என்கிற தலைப்புகளை தேர்ந்தெடுத்து நடித்து பெரும் புகழ் பெற்றார். ஒவ்வொரு கால கட்டத்திலும், சில முக்கிய முடிவுகளை எடுக்கும் முன்பு, தன் தாயின் படத்தின் முன்னால் நின்று தியானம் செய்துதான் முடிவெடுப்பதை வழக்கமாக வைத்திருந்தார்.

பொதுவாக இந்துக்கள் அனைவரும் விநாயகர் துணை, ராமர் துணை, பெருமாள் துணை, முருகன் துணை என்றுதான் செயல்களை ஆரம்பிப்பார்கள். எம்.ஜி.ஆர். எப்போதும் தாயே துணை என்று எழுதித் தான் ஆரம்பிப்பார். (நன்றி: துரை பாரதி)

பாடலின் மேலாண்மை அதிகாரம்

உலகில் இப்பிறவியை நமக்குத் தந்த தாய் என்னும் உறவின் பெருமை அளப்பரியது. எந்த ஒரு மனிதனுக்கும் அவனது / அவளது தாய் மேன்மை யானவள்! அதிலும்கூட இப்பாடலில் தாயின் பெருமைகள் ஆகச் சிறந்த முறையில் சொல்லப்பட்டிருப்பதுடன்..

ஆதி அந்தமும் அவள்தான்

நம்மை ஆளும் நீதியும் அவள்தான்

அகந்தையை அழிப்பாள் ஆற்றலை கொடுப்பாள்

அவள்தான் அன்னை மகாசக்தி!

Portryaing Mother is the inborn attitude which makes your Life to greater heights. Blessing by a Mother is unequal strength any human can get in this World.

5. நாடு அதை நாடு

காட்டில் வாழ்ந்த மனிதனுக்கு வேட்டையில் நாட்டம்! அன்று தொடங்கிய நாட்டம் வேட்டையில் மட்டும்! நாட்டில் வாழும் மனிதர்களுக்கோ ஆயிரம் நாட்டங்கள்! அடிப்படைத் தேவை களைப் பூர்த்தி செய்ய நாடுதல் தேவையே! நாட்டின் ஒட்டுமொத்த வளர்ச்சியில் நமக்கெனப் பொதுவான நாட்டம் இருக்க வேண்டும்! சுதந்திர வேட்கை உருவானதும் அப்படித்தான்! மொழியின்மீது நாட்டம்.. தாய் மொழியென்றும் தமிழ் வழியென்றும் நாடுதலும் இஃதே!

நாட்டின் நலனில் அக்கறை செலுத்துவது அத்தியாவசியமான ஒன்று. நாட்டின் பாதுகாப்பென்று வரும்போது நாம் அனைவரும் ஒன்று பட்டு ஒரே உணர்வில்.. உரத்த குரலில் எழுந்து நின்றால்.. பகை திசை மறந்து ஓடும்! எங்கெல்லாம் ஒரு இனம் நசுக்கப்படுகிறதோ.. அங்கெல்லாம் இப்பாடல் தலைமை தாங்கும்!

வீரம், பண்பாடு, நெறிகள் என அனைத்திலும் தழைத்திடும் நம் பாரத தேசம் - அதன் மாண்புகள் இவையனைத்தையும் ஒற்றைப் பாடலில் கவியரசர் வரைந்துள்ளார் பாருங்கள்!

மெல்லிசை மன்னர் எம்.எஸ்.விஸ்வநாதன் இசையில் அற்புத விளைச்சல்! டி.எம்.செளந்திரராஜன் - பி.சுசீலா குரல்களில் நாடோடி படப் பாடல்!

விடுதலை என்கிற வார்த்தையை நாடுகின்ற உள்ளங்களில் எல்லாம் ஓங்கி உச்சரித்த வரிகளாக இப்பாடல்! மொழி.. இனம்.. மக்கள் என்று தனது கவனத்தை முழுமையாக செந்தமிழ் நாட்டின்மீது செலுத்திய மக்கள் திலகம், தனது ஒவ்வொரு படத்திலும் ஒவ்வொரு பாடலிலும் காட்டிய அக்கறை சொல்லி மாளாது. அதற்கேற்ப கவிஞர்களும், இசையமைப்பாளர்களும் அவருக்கு அளித்த ஒத்துழைப்பு ஈடு இல்லாதது.

நாடு அதை நாடு நாடு அதை நாடு
அதை நாடாவிட்டால் ஏது வீடு?
பாடும்பொழுதெல்லாம் அதையே பாடு
மானம் பெரிதென்று வாழும் பண்பாடு
மானம் பெரிதென்று வாழும் பண்பாடு

ராஜஸ்தான் பாலைவனமும் பாடல் வரிகளுக்குள் வந்து நிற்க.. வீரத்தின் விளைநிலம் எங்கள் பூமி.. என்று தொடர்ந்து பாடலின் இறுதியில்,

பசிஎன்று வருவோர்க்கு விருந்தாக மாறும்
பகைவர் முகம் பார்த்துப் புலியாகச் சீறும்
நிலத்தில் உயிர் வைத்து உரிமை கொண்டாடும்
எதிர்த்து வருவோரை உரமாகப் போடும்

முத்தாய்ப்பாய்.. உரிமையை நிலைநாட்டிடும் அற்புத வாசகங் களாய்.. பசி என்று வருவோர்க்கு விருந்தாகவும்.. எதிர்த்து வருவோரை உரமாகவும் காட்டும் கவிஞரின் கைவண்ணம் எம்.ஜி.ஆருக்கான உணர்ச்சிமிகு பாடல் அமைந்திட வழி வகுத்துள்ளது!

திரைப்பாடல் என்பது எப்படி மக்கள் மனதில் பதிய வேண்டுமென்ப தற்கு இலக்கணமாய் இப்பாடலை வையுங்கள்! ஏதோ எழுதுபவர் களை சற்றே வையுங்கள்! ஒதுக்கி வையுங்கள்!!

பாடலின் மேலாண்மை அதிகாரம்

நமது நாடு.. அதன் இறையாண்மை, எல்லைகள், சுபிட்சமான வாழ்விற்கு, நாட்டின் அமைதி அவசியம் எனும்போது, எல்லைகள் பாதுகாக்கப்பட வேண்டும். தேசப்பற்று மிக்க வீரர்களாய் இருப்பதுடன், எண்ணத்தில் எழுச்சி, நாட்டைக்காக்க வீரம், துணிவு, அதற்கேற்ற வலிமை - பாடல் வரிகள் வாயிலாய் அத்தனை நெறிகளையும் உணர வைக்கிறார் எனும்போது தாய்த்திரு நாட்டின் மீது நாம் கொள்ள வேண்டிய நேசத்தை ஊட்டும் பாடல்!

Though we are part of the World, we belong to a Nation. Hence, National Spirit and protection for our Nation is an inhaling factor to be borne in mind. Safety, Security are essential to keep the People's life peaceful.

6. தூங்காதே.. தம்பி தூங்காதே..

> நல்ல பொழுதையெல்லாம் தூங்கி கெடுத்தவர்கள்
> நாட்டை கெடுத்ததுடன் தானும் கெட்டார்

அறிவுரைகள் என்பது பொதுவாகவே வேம்பாகக் கசக்கும் மனிதருக்கு! அனுபவ ரீதியாக பட்டு உணர்ந்தவர்கள் சொல்லும் போது அவற்றைக் காது கொடுத்துக் கேட்பதுகூட சிரமமாகத் தெரிவது உண்டு! ஆனாலும் திரைப்படம் என்னும் ஊடகம் வழியே சரியான கதை, திரைக்கதை, காட்சியமைப்போடு பின்னப்படும் பாடல்களில் இத்தகு அறிவுரைகள் மக்களால் முழுக்கவே ஏற்றுக் கொள்ளப்படுகின்றன.

> நீ தாங்கிய உடையும் ஆயுதமும்
> பல சரித்திரக்கதை சொல்லும் சிறைக்கதவும்
> சக்தி இருந்தால் உன்னை கண்டு சிரிக்கும்
> சத்திரம்தான் உனக்கு இடம் கொடுக்கும்

பட்டுக்கோட்டையார் பாடல்கள் பெரும்பாலும் இந்த ரகம்! அதுவும் புரட்சித்தலைவர் எம்.ஜி.ஆருக்கு எழுதப்பட்டவை புடம் போட்டத் தங்கம் எனலாம்! எஸ்.எம்.சுப்பையா நாயுடு அவர்களின்

இசையமைப்பில் நாடோடி மன்னன் திரைப்படத்தில் இடம் பெற்ற பாடலிது!

தூங்காதே.. தம்பி தூங்காதே..
விழித்துக் கொண்டோர் எல்லாம் பிழைத்துக் கொண்டார்
உன்போல் குறட்டை விட்டோர் எல்லாம் கோட்டை விட்டார்

எழுதப்பட்ட காலம் முதல் என்றைக்கும் பொருந்தும் வரிகள்! இது வெறும் பாட்டு அல்ல! மனிதன் வாழ வேண்டிய முறை அறியச் செய்யும் இரகசியச் சீட்டு!

போர் படைதனில் தூங்கியவன் வெற்றி இழந்தான்
உயர் பள்ளியில் தூங்கியவன் கல்வி இழந்தான்
கடைதனில் தூங்கியவன் முதல் இழந்தான்
கொண்ட கடமையில் தூங்கியவன் புகழ் இழந்தான்
இன்னும் பொறுப்புள்ள மனிதரின் தூக்கத்தினால்
பல பொன்னான வேலையெல்லாம் தூங்குதப்பா

அளவுக்கு மீறிய தூக்கத்தால் விளையும் ஆபத்துக்களைப் படம் பிடித்து அளவான வரிகளிட்டு வளமான வாழ்க்கைக்கு வழி காட்டு கிறார். டி.எம்.சௌந்திராஜன் குரலில் எம்.ஜி.ஆர் அவர்களது நடிப் போடு மக்கள் மனதில் ஒன்றிக்கிடக்கும் பாடல்களில் இது ஒன்று!

கவிஞர் கண்ணதாசனின் வசனத்தில் உருவான நாடோடி மன்னன் திரைப்படத்தில் பட்டுக்கோட்டையாரின் பாட்டு முத்திரை! அன்றாடம் நாம் காணும் ஆயிரமாயிரம் மனிதர்களில் எத்தனையோ பேர் தூக்கத்தைவிட்டு வெளியே வராமல், காலத்தைத் தவற விடுகிறவர்கள் எண்ணற்றோர் அவரின் தூக்கத்தினால் எத்தனை எத்தனை இழப்புகள்.. எத்தனையோ காரியங்களைச் செய்துவிட முடியும் நேரத்திலே இவர்கள் தூக்கத்தினால் இழந்தவைகள் அதிகம் என்பதை பட்டியலிட்டு பாடல் மொழியில் சொல்லியிருக்கிறார் பட்டுக்கோட்டை!

எம்.ஜி.ஆர். என்கிற தங்கத்தலைவன்.. மக்களின் நாடி பிடிக்கத் தெரிந்தவன்.. நாளை நாடாளப் போகிறோம் என்பதை தனக்குள் வைத்திருந்த தேவ ரகசியமோ என்று வியக்க வைக்கிற வகையில்

இதுபோன்ற பாடல்கள் தன் திரைப்படத்தில் அமைவதில் கண்ணும் கருத்துமாய் செயல்பட்டிருக்கிறார் என்பது மட்டும் இன்று காட்டும் காலக் கண்ணாடி!

மொத்தத்தில் இது வெற்றிப் பாடல் மட்டுமல்ல! சோம்பேறித் தனத்திற்கு வைத்திட்ட வேட்டு!

படம் : நாடோடி மன்னன் (1958)

இசை : S.M. சுப்பையா

பாடலாசிரியர் : பட்டுக்கோட்டை கல்யாணசுந்தரம்

பாடியவர் : T.M. சௌந்தரராஜன்

> தூங்காதே தம்பி ... தூங்காதே ...
> தூங்காதே தம்பி ... தூங்காதே ...
> நீயும் சோம்பேறி என்ற பெயர் வாங்காதே
> தூங்காதே தம்பி ... தூங்காதே தம்பி ...
> சோம்பேறி என்ற பெயர் வாங்காதே

பாடலின் மேலாண்மை அதிகாரம்

நல்ல பொழுதையெல்லாம் தூங்கி கெடுத்தவர்கள்
நாட்டை கெடுத்ததுடன் தானும் கெட்டார்

Lethargic attitude is something that has to be get rid off for achieving a prosperous life. Laziness is another factor that always be an hindrance for our progress. In simple, there are certain dos and certain do nots.. What you pratice, make your life a meaningful one.

மேற்சொன்ன அத்தனையும் இந்தப்பாடலில் பொதிந்து கிடக்க.. காலங்கள் பல ஆனாலும் என்றைக்கும் இப்பாடலின் தேவை தொடர்கிறது!

If you want to Win or conquer something you deserve, naturally you have to put efforts and hardwork / smart work. Here, the question of time is also playing a predominant role. Many people wasting their valuable time in sleeping. How value Time is envisaged in the song clearly by Pattukkottai Kalyana Sundaram.

7. நீங்க நல்லாயிருக்கோனும் நாடு முன்னேற

தமிழக வரலாற்றில் திரைத்துறையும், அரசியலும் இரண்டறக் கலந்திருப்பதற்கு இந்தப் பாடலும் சாட்சி சொல்லும்! புரட்சித் தலைவர் என்கிற பொன்மனச் செம்மல் மருத்துவமனையில் உயிருக்காக போராடிக் கொண்டிருந்தபோது இந்தப் பாடல் மக்களின் பிரார்த்தனை கீதமானது! இன, மதங்களைக் கடந்து எல்லோரும் ஒருமித்த குரலில் இறைவனைத் தொழுது நின்றார்கள் என்பது ஒன்றிரண்டு அல்ல.. தமிழகமெங்கும்! திரையரங்குகளில் எந்தத் திரைப்படம் அங்கே ஓடினாலும் முதலில் இப்பாடல் ஒரு முறை ஒலித்த பின்தான் என்கிற சரித்திரம் எவருக்கு வாய்த்தது, எம்.ஜி.ஆரைத் தவிர!

நீங்க நல்லாயிருக்கோனும் நாடு முன்னேற இந்த
நாட்டில் உள்ள ஏழைகளின் வாழ்வு முன்னேற
நீங்க நல்லாயிருக்கோனும் நாடு முன்னேற இந்த
நாட்டில் உள்ள ஏழைகளின் வாழ்வு முன்னேற
என்றும் நல்லவங்க எல்லாரும் ஓங்க பின்னாலே நீங்க
நெனச்சதெல்லாம் நடக்குமுங்க கண்ணு முன்னாலே

பேரறிஞர் அண்ணாவின் இதயக்கனி என்று பாராட்டப் பெற்ற எம்.ஜி.ஆர் நடித்த இத்திரைப்படத்திற்கும் 'இதயக்கனி' என்றே பெயரிட்ட பேறும் அண்ணா அவர்களின் குரலில் இப்படத்திற்கான முன்னுரையும் இடம் பெற்றது.

தமிழகத்தைச் செழிப்பாக்க ஓடிவரும் காவிரி நதியின் ஒய்யார அழகை ஒரு திரைப்பாட்டில் தொகையறாவைக் கொண்டு இப்படி வர்ணிக்க முடியும் என்று புலவரின் கைவண்ணம் ஓங்கி ஒலித்திட.. காவிரியின் பெருமைகள் காட்டாற்று வெள்ளமாய் கரைபுரண்டு ஓடி வருவதைப் பாருங்கள். அதன் உச்சமாய்.. வாரி வழங்கும் வள்ளல் புகழை ஒப்பிட்டு திரையில் தோன்றிய திருமுகத்தைக் காட்டிய இயக்குனரின் சமார்த்தியம் பாராட்டத்தக்கது!

தென்னகமாம் இன்பத் திருநாட்டில் மேவியதோர்
கன்னடத்துக் குடகுமலைக் கனி வயிற்றில் கருவாகி
தலைக் காவிரி என்னும் தாதியிடம் உருவாகி
ஏர்வீழ்ச்சி காணாமல் இருக்க சிவசமுத்திர
நீர்வீழ்ச்சி எனும் பேரில் நீண்ட வரலாறாய்
வண்ணம் பாடியொரு வளர்தென்றல் தாலாட்ட
கண்ணம்பாடி அணை கடந்து ஆடுதாண்டும் காவிரிப்பேர் பெற்று
அகண்ட காவிரியாய்ப் பின் நடந்து
கல்லணையில் கொள்ளிடத்தில் காணும் இடமெல்லாம்
தாவிப் பெருகி வந்து தஞ்சை வளநாட்டைத்
தாயாகிக் காப்பவளாம் தனிக் கருணை காவிரி போல்
செல்லும் இடமெல்லாம் சீர் பெருக்கித் பேர்நிறுத்தி
கல்லும் கனியாகும் கருணையால் எல்லோர்க்கும்
பிள்ளையென நாளும் பேச வந்த கண்மணியே
வள்ளலே எங்கள் வாழ்வே இதயக்கனி
எங்கள் இதயக்கனி இதயக்கனி

டி.எம்.சௌந்திரராஜன், சீர்காழி கோவிந்தராஜன், எஸ்.ஜானகி மற்றும் குழுவினரின் கூட்டணியில் மெல்லிசை மன்னர் ஈன்றெடுத்த வெற்றிச் சித்திரமிது!

உழைக்கும் தோழர்களே ஒன்று கூடுங்கள்
உலகம் நமது என்று சிந்து பாடுங்கள்
மேடு பள்ளம் இல்லாத சமுதாயம் காண
என்ன வழி என்று எண்ணிப் பாருங்கள்
அண்ணா சொன்ன வழி கண்டு நன்மை தேடுங்கள்
நீங்க நல்லாயிருக்கோணும் நாடு முன்னேற இந்த
நாடெங்கும் இல்லாமை இல்லையென்றாக

சமத்துவ சமுதாய சிந்தனையை.. தன் பாட்டு வரிகளால் ஒருமிக்க.. அதற்கேற்ற காட்சியை இயக்குனர் அமைத்துத்தர ஒட்டு மொத்த மாய் எம்.ஜி.ஆருக்கு புகழை மட்டுமல்ல.. ஓட்டுக்கள் மொத்தத்தை யும் அள்ளித்தந்த பாடலிது என்று கூட சொல்லலாம்!

பாடுபட்டுச் சேர்த்த பொருளைக் கொடுக்கும்போதும் இன்பம்
வாடும் ஏழை மலர்ந்த முகத்தைப் பார்க்கும்போதும் இன்பம்
பேராசையாலே வந்த துன்பம் சுயநலத்தின் பிள்ளை
சுயநலமே இருக்கும் நெஞ்சில் அமைதி என்றும் இல்லை
பேராசையாலே வந்த துன்பம் சுயநலத்தின் பிள்ளை
சுயநலமே இருக்கும் நெஞ்சில் அமைதி என்றும் இல்லை
அமைதி என்றும் இல்லை
காற்றும் நீரும் வானும் நெருப்பும் பொதுவில் இருக்குது மனிதன்
காலில் பட்ட பூமி மட்டும் பிரிந்து கெடக்குது
பிரித்து வைத்துப் பார்ப்பதெல்லாம் மனிதர் இதயமே உலகில்
பிரிவுமாறி ஒருமை வந்தால் அமைதி நிலவுமே.. அமைதி நிலவுமே
நதியைப் போல நாமும் நடந்து பயன் தரவேண்டும்
கடலைப் போலே விரிந்த இதயம் இருந்திட வேண்டும்
வானம் போலப் பிறருக்காக அழுதிட வேண்டும்
வாழும் வாழ்க்கை உலகில் என்றும் விளங்கிட வேண்டும்

ஒற்றைத் திரைப்பாடலில் இத்தனைக் கருத்துக்களா? விழிகள் விரிகின்றன! இதயக்கனிக்காக புலவரின் இதயம் வார்த்த வார்ப்பு களிது!

சற்றே திரும்பிப் பார்க்கிறேன்! பேரறிஞர் அண்ணாவின் மறைவின் போது 1969ல் மக்கள் கடல் சென்னையில் கூடியது! அக்காட்சியை ஒரு திரைப்படத்தின் வாயிலாக பதிவு செய்ய வேண்டும் என்கிற

எண்ணம் தோன்றியதோ.. என்று வியக்கத்தக்க வகையில் 'மணிப்பயல்' என்னும் திரைப்படத்தில் புலவர் புலமைப்பித்தன் பேரறிஞர் அண்ணாவின் பெருமைகளை அடுக்கி வைத்த தொகை யறாவும் - காஞ்சியிலே ஒரு புத்தன் பிறந்தான் என்கிற பாடலும் - இப்பாடலுக்கு ஒரு முன்னோடிபோல் விளங்குகிறது!

பாடலின் மேலாண்மை அதிகாரம்

வாழ்க்கையில் ஏற்றத்தாழ்வுகள் ஆயிரம் ஆயிரம் இந்த உலகில் இருப்பவ னுக்கு கொடுக்க மனதில்லை. கொடுக்க நினைப்பவனுக்கு இருப்பது ஏதுமில்லை! பல நூறு வரிகளில் கட்டுரையாய் எழுதி வைத்தாலும் அடக்கி விட முடியாத கருத்துகளை இந்தப் பாடல் சுமந்து வருகிறது.

உலகத்தில் உழைப்புதான் மிக முக்கியமானது. அப்படி உழைக்கும் தோழர் களை ஒன்று கூடச் சொல்லும்போது உலகம் நமதாகிறது!

We see inequalities everywhere in the World. We aim for Everything for Everyone; Winning is possible through if we are determined to have Co-operation; Co-ordination and be consistent in it.

8. நல்ல பேரை வாங்க வேண்டும் பிள்ளைகளே..

'நம் நாடு' திரைப்படத்தில் இடம் பெற்ற ஒரு பாடலிது. சிறு வயதில் பிள்ளைகளின் உள்ளத்தில் ஊன்ற வேண்டிய விதைகளை திரைப்பாடலாலும் வழங்க முடியும் என்பதற்கு ஒரு சாட்சியாக.. கவிஞர் வாலியின் கைவண்ணத்தில் எம்.ஜி.ஆருக்காக எழுதப்பட்ட எத்தனையோ பாடல்களில் இதுவும் ஒன்றாக கணக்கில் கொண் டாலும் இதன் வீச்சு இன்றும் என்றும் தொடர்கிறது. மெல்லிசை மன்னர் வழங்கியுள்ள பொருத்தமான இசையும், டி.எம்.எஸ். குரலும் உடன் தொடரும் இரண்டு குழந்தைகளின் குழலிசை போன்ற குரல்களும் ஜீவனுள்ள பாடலாக இதனை அடையாளம் காட்டுகின்றது!

காட்சியமைப்பில் கதாநாயகன் சமுதாயப் பிரச்சனையில் தலை யிட்டதால் குடும்பத்துடன் பிரச்சனையெழ உடன்பிறந்த அண்ணன் தம்பியை கண்டிப்பது போன்ற நிலையில் - அந்தக் கதாநாயகன் (மாஸ்டர் ஸ்ரீதர், ஸ்ரீதேவி) அண்ணன் பிள்ளைகளுக்கு சொல்லும் நம்பிக்கை வரிகளே.. நல்லதோர் பாடலாக மலர.. உள்ளத்தை என்றும் கொள்ளை கொள்ளும் இப்பாடல் என்னைப் போன்ற

பலரையும் தன்வசம் இழுத்திருக்கிறது. இன்னும் சொல்லப் போனால், எம்.ஜி.ஆர் அவர்களே நேரில் எங்களைப் போன்ற ரசிகர்களுக் கெல்லாம் சொல்லிக் கொடுத்த பாடம் இது என்பதும் மிகையில்லை.

பாடல் வரிகள் முத்தானவை. மனித குலத்திற்கு வரைந்தளிந் தக்கப்பட்ட மென்மையான வாசகங்கள்.. பள்ளிக்கூடத்தில் சொல்லிக் கொடுக்கப்பட வேண்டிய பாடங்களைக்கூட - திரைப் பாடல் மூலம் வழங்க முடியும் என்கிற வண்ணம் வாலி அவர்கள் புனைந்த பாடல்!

மனிதனின் மனதில் உருவாகும் கோபம்தான் அனேக பிரச்சனை களுக்கு ஆணிவேராகும். அதைக் களைந்திடுவது எத்தனை முக்கியம்? அதே நேரம் கோபத்தை தவிர்த்து அதே பிரச்சனையை அணுகிடும்போது நம்மால் சரியான முடிவுகளை எடுக்க முடிகிறது. எனவேதான், எம்.ஜி.ஆரின் இப்பாடல் குழந்தைகளுக்கு அறிவுரை சொல்வதுபோல்.. நமக்கெல்லாம் அறிவு புகட்டுகிறது.

மனதோடு கோபம் நீ வளர்த்தாலும் பாவம்
மெய்யான தெய்வீகமாகும்

மொழியின் மேன்மைகளைப் பற்றி விரித்துரைக்காமல், அது நம் விழிகளுக்கு ஒப்பாகும் எனவும், அதைக் காத்திடல் நம் கடமை என்றும் சொல்லி, ஜனநாயகத்தில் நாம் எல்லோரும் மன்னர் - என்று சொன்னது நம் நாட்டு பெர்னாட்ஷா - பேரறிஞர் அண்ணா என்று சொல்கிற போது - தன் ரத்தத்தின் ரத்தங்களை எப்படி ஒன்றிணைத்து வைத்திருந்தார் என்கிற உண்மை புரியும்!

விழிபோல எண்ணி நம் மொழி காக்க வேண்டும்
தவறான பேர்க்கு நேர்வழி காட்ட வேண்டும்
ஜனநாயகத்தில் நாம் எல்லோரும் மன்னர்
தென்னாட்டு காந்தி அந்நாளில் சொன்னார்

குழந்தைகளுக்கு கல்வி போதிக்கும்போது, மாதா, பிதா, குரு, தெய்வம் என்று வகைப்படுத்தி சொல்வதுண்டு. தலைவரும் அன்னையை முன்னிறுத்தி, தந்தையை வழிகாட்டுவது நல்ல தலைவன் - இவர்களின் துணையோடு நடைபோடு.. உனக்கான

எதிர்காலம் நல்ல முறையில் இருக்கும் என்று முழுமையான நம்பிக்கையை ஊட்டுகிறார்!

பாலூட்டும் அன்னை அவள் நடமாடும் தெய்வம்
அறிவூட்டும் தந்தை நல் வழிகாட்டும் தலைவன்
துணையாக கொண்டு நீ நடைபோடு இன்று
உருவாகும் நல்ல எதிர்காலம் ஒன்று

நல்லபேரை வாங்கவேண்டும் பிள்ளைகளே
நம்நாடு எனும் தோட்டத்திலே
நாளை மலரும் முல்லைகளே
நல்ல பேரை வாங்க வேண்டும் பிள்ளைகளே

பாடலின் மேலாண்மை அதிகாரம்

இன்றைய குழந்தைகள்தாம் நாளைய தலைவர்கள் என்பது எத்தனை உண்மையோ.. அக்குழந்தைகள் மனதில் பதிய வேண்டிய நற்கருத்துகள் - பாடல் வடிவில் - இசையோடு - நல்ல வளமான குரலும் சேர்ந்து வழங்கப்படும்போது மனித வளர்ச்சி பண்பட்டதாக அமையும். இதோ இப்பாடல் 56 வருடங்களைக் கடந்தும் இன்றும் குழந்தைகளுக்காக ஒலித்துக் கொண்டே இருக்கிறது.

மனிதன் எதை நோக்கிச் செல்ல வேண்டும். அவன் மனதில் பதிய வேண்டியது என்ன? அதுவும் குழந்தைகளுக்காக சொல்லப்பட்ட பாடல் அல்லவா?

இன்றைய காலக் கட்டத்தில் விஸ்வரூபம் கொண்டிருக்கும் கோபம் (Anger) - அதன் வாயிலாக ஏற்படும் மன அழுத்தம் (Stress) என்பது கூடாது என்பதைச் சொல்லும் வரிகள் :

மனதோடு கோபம் நீ வளர்த்தாலும் பாவம்
மெய்யான தெய்வீகமாகும்

மொழிப்பற்று ஊட்டும் வகையில் அதை கண்ணைப்போல் காக்க வேண்டும் என்றதுடன்.. நேர்வழி காட்டும் பணியை நாம் ஏற்கவும் இப்பாடல் வழிகாட்டுகிறது.

விழிபோல எண்ணி நம் மொழி காக்க வேண்டும்
தவறான பேர்க்கு நேர்வழி காட்ட வேண்டும்

9. உலகம் பிறந்தது எனக்காக

'**கா**க்கை குருவி எங்கள் ஜாதி' என்றான் மகாகவி பாரதி. 'யாதும் ஊரே யாவரும் கேளிர்' என்றான் கணியன் பூங்குன்றனார். மானுடக் கவிஞன் கண்ணதாசன் பார்வையின் விசாலத்தைப் பாருங்கள்! 'உலகம் பிறந்தது எனக்காக' என்கிறார்.

'பாசம்' திரைப்படத்தில் கதாநாயகன் எம்.ஜி.ஆர் சிறுவர் சீர்திருத்தப் பள்ளியிலிருந்து விடுதலையாகி வெளியே வரும்போது பாடிடும் பாடலாக.. பாடல் வரிகளை நோக்குங்கள்.. Positive Approach என்பார்களே.. முழுக்க முழுக்க நம்பிக்கை ஊட்டும் உற்சாக வரிகள். மானிட வர்க்கத்திற்கு சாசனம் மக்கள் திலகத்தின் உச்சரிப் பாக வந்து விழும்போது அது வருங்காலச் சந்ததிக்கான வேதமா கிறது!

    உலகம் பிறந்தது எனக்காக..
    ஓடும் நதிகளும் எனக்காக..
    மலர்கள் மலர்வதும் எனக்காக.. அன்னை
    மடியை விரித்தாள் எனக்காக..

இந்த வரிகளின் ஆழத்தைக் குறிப்பாக வழக்கறிஞரான இலக்கியச்

சுடர் தா.இராமலிங்கம் அவர்கள் அழுத்தம் திருத்தமாய்க் குறிப்பிட்டபோது அரங்கமே அதிர்ந்தது.

எல்லாம் எனக்குள் இருந்தாலும்
என்னைத் தனக்குள் வைத்திருக்கும்
அன்னை மனமே என் கோவில்
அவளே என்றும் என் தெய்வம்

என தாயின் தரிசனம் தருகின்றார்.

ஒவ்வொரு மனிதனும் தன் வாழ்க்கையில் சலிப்புற்று எனக்கென்று என்ன உள்ளது? நான் யாருக்காக வாழ்கிறேன் என்றெல்லாம் மனம் பேதலிப்பதுண்டு. தனிமனிதத் தவிப்புகள் இங்கே ஏராளம் என்றாலும் சூழ்நிலைகள் தருகின்ற சோதனைகளை வென்றெடுத்து வாழ்க்கையில் வெற்றி பெற வேண்டிய நிலையில்தான் நாம் இருக்கிறோம்! இந்த உலகமே எனக்காகத்தான் என்கிற நங்கூரம் பாய்ச்சும் வரியை மனதில் கொள்ளும்போது வெற்றி என்றைக்கும் நம் பக்கமே! நம்பிக்கை நம்மை வாழ வைக்கிறது!

காற்றில் மிதக்கும் ஒலிகளிலே கடலில் தவழும் அலைகளிலே
இறைவன் இருப்பதை நானறிவேன் என்னை அவனே தானறிவான்
தவழும் நிலவாம் தங்கரதம் தாரகை பதித்த மணிமகுடம்
குயில்கள் பாடும் கொண்டது எனது அரசாங்கம்

தன்னம்பிக்கை தருகிற பாடலில் நம்மைப் படைத்த இறைவன் நம்மைச் சுற்றியே காக்கும் தொழிலையும் செய்து வருகிறான். காற்றில் மிதக்கும் ஒலிகளிலே.. கடலில் தவழும் அலைகளிலே.. என்கிற பிரகடனம் இந்த பிரபஞ்சத்துடன் நம்மை இணைத்து வைக்கிற மாயத்தை செய்கிறதல்லவா?

மொத்தத்தில் பாசம் திரைப்படத்தில் வருகின்ற இப்பாடல்.. வாழ்க்கையில் தோல்விகளையும், துன்பங்களையும் தாங்குகின்ற மனப்பக்குவத்தையும், அவற்றிலிருந்து மீண்டு எப்படி ஒரு மனிதன் நம்பிக்கையுடன் வெற்றிப் பாதையில் பயணிக்க வேண்டும் என்கிற சூட்சுமத்தையும் ஒருசேர வழங்குகிறார் புரட்சித்தலைவர்!

பாடலின் மேலாண்மை அதிகாரம்

பிரபஞ்சத்தின் ஒரு பகுதி இந்த அண்டம் என்கிற உலகம். இதில் கோடிக் கணக்கான உயிர்கள் வாழுகின்றன. அவற்றுள் மனிதனும் ஒன்று. பிறந்த இப்பிறவியில் வாழும் மனிதன் – தான் காணும் துன்பங்களால் துவண்டு, ஏன் இந்தப் பிறவி? எதற்காக ஆண்டவன் என்னை சோதிக்கிறான்? எனக்கு மட்டும் ஏன் இத்தனை துன்பம்? என்கிற வார்த்தைகள் உச்சரிக்காத மனிதர்கள் இல்லை. இத்தனை எதிர்மறை எண்ணங்களில் உழலும் மனிதனுக்கு.. ஒரு நேர்மறை சிந்தனையை உள்ளத்தில் பதிக்க வருகிற பல்லவி... உலகம் பிறந்தது எனக்காக Positive Approach என்பார்களே.. முழுக்க முழுக்க நம்பிக்கை ஊட்டும் உற்சாக வரிகள். மானிட வர்க்கத்திற்கு சாசனம் அது வருங்காலச் சந்ததிக்கான வேதமாகிறது!

இங்கே இந்த உலகத்தையே – சொந்தம் கொள்ளும் ஆளுமை Ownership -

> ஓடும் நதிகளும் எனக்காக..
> மலர்கள் மலர்வதும் எனக்காக.. அன்னை
> மடியை விரித்தாள் எனக்காக..
> காற்றில் மிதக்கும் ஒலிகளிலே கடலில் தவழும் அலைகளிலே
> இறைவன் இருப்பதை நான் அறிவேன்
> என்னை அவனே தான் அறிவான்   - Confidence
>
> எல்லாம் எனக்குள் இருந்தாலும்
> என்னைத் தனக்குள் வைத்திருக்கும்
> அன்னை மனமே என் கோவில்
> அவளே என்றும் என் தெய்வம்   - Worship

பாராட்டுவது, புகழ்வது இவை கூட மேலாண்மையின் கூறுகளே.. Appreciating natural beauty - **Admiration** -

தனக்குள்ளே ஒரு ராஜ்ஜியம் அமைத்து அதில் ஆட்சி செய்யும் தன்மை! சரியாகச் சொன்னால் – மனதை ஆளுவது!

இத்தனையும் இந்த ஒற்றைப்பாடல் புகட்டுகிறது பாருங்கள்.

10. வாங்கய்யா வாத்தியாரய்யா

'புரட்சி நடிகர்', 'பொன்மனச் செம்மல்' என்கிற அடைமொழி களைத் தாங்கி நின்ற சாதனை சரித்திரம் எம்.ஜி.ஆர். என்கிற கதாநாயகனின் பாத்திரப் படைப்புகள் எல்லாம் மக்கள் மனதில் நிச்சயமாக, சத்தியமாக, பலமாக பெரியதோர் தாக்கத்தை உண்டாக்கும் வல்லமை - வசனங்களைத் தாண்டி.. இது போன்ற பாடல்களின் மூலமே சாத்தியமாகும் என்பதை கவிஞர் வாலி அவர்கள் எம்.ஜி.ஆருக்காக எழுதிய பல்வேறு பாடல்கள் சாட்சியம் கூறும். இதோ இவ்வரிசையில்

வாங்கய்யா வாத்தியாரய்யா
வரவேற்க வந்தோமைய்யா
ஏழைகள் உங்களை நம்பி
எதிர்பார்த்து நின்றோமய்யா
அண்ணனின் தம்பி உண்மையின் தோழன்
ஏழைக்குத் தலைவன் நீங்களய்யா

'நம்நாடு' என்கிற திரைப்படத்தில் கதாநாயகனுக்காக கவிஞர் வாலி வரைந்தளித்த பாடல்! வரிவரியாக எம்.ஜி.ஆர் வரையப்பட்டிருக் கிறார்! கவிஞரின் வாயால் புகழப்பட்டு இருக்கிறார்! 'வாத்தியார்'

என்கிற சிறப்புப் பெயரைப் பெற்றவர்தான் எனினும் அதையும் பல்லவியாக்கி அசத்தியுள்ளார்! கதையின் நாயகி வரிந்து கட்டி பாடுகின்ற வாழ்த்துப் பாடலில் அர்த்த புஷ்பங்கள் அத்தனையும் எம்.ஜி.ஆர். புகழ் பாடுகிறதே!

தியாகிகளான தலைவர்களாலே
சுதந்திரம் என்பதை அடைந்தோமே
ஒரு சிலர் மட்டும் அனுபவிக்காமல்
பலருக்கும் பயன்தரச் செய்வோமே
ஊருக்கு உழைச்சாலே... ஏ... ஏ...
ஏழை உரிமையை மதிச்சாலே
பெருமைகள் தேடிவரும்
தானே பதவிகள் நாடி வரும்

நாடு போற்றும் தலைவனாய் விளங்கிய எம்.ஜி.ஆருக்காக 'நல்லவன் வாழ்வான்' என்கிற படத்தில் துவங்கி எழுதிக் குவித்தவர் வாலி அவர்கள்! நம் நாடு, நாளை நமதே என இந்த வரலாறு தமிழகத்தில் தனிப்பெரும் சிறப்பல்லவா? கவிதைகளாய் மலர்ந்த திரைப்பாடல் களால் அத்தலைவன் புகழ் வரையப்பட்டதே. இதோ அதிலொன்று.

பொய்யும் புரட்டும் துணையாய் கொண்டு
பிழைத்தவரெல்லாம் போனாங்க
மூலைக்கு மூலை தூக்கி எறிஞ்சோம்
தலை குனிவாக ஆனாங்க
அறிவில் தெளிவிருக்கு
நம் உடம்பில் வலுவிருக்கு
மனதில் துணிவிருக்கு
தன் மானமும் துணையிருக்கு

நான் சார்ந்திருந்த கட்சியின் சின்னத்தையும் முன்மொழிந்த கடமை, கண்ணியம், கட்டுப்பாடு என்கிற தாரக மந்திரத்தையும் வழி மொழிந்து ஒற்றைப் பாடலுக்குள் ரத்தினச் சுருக்கமாக பொதித்து வைத்திருக்கும் கவிஞர் திறம் மெச்சிப் புகழப்பட்டதென்று கூறத்தான் வேண்டுமோ? மெல்லிசை மன்னர் மட்டுமே இத்தகு பாடலுக்கு சிறப்பு சேர்ப்பதற்காகவே பிறவியெடுத்தாரோ.. என எண்ணத் தோன்றுகிற கலைச்செல்வி ஜெயலலிதாவின் எழிலான தோற்றமும்

ஏகோபித்த நடிப்பும் ரசிகர்களைக் கவர்ந்ததில் வியப்பேது?

மற்றுமொரு செய்தியை இங்கே பகிர்ந்தாக வேண்டும். ஆம். எம்.ஜி.ஆர் அவர்கள் முதலமைச்சராகப் பதவியேற்றபின் நாகி ரெட்டி அவர்களுக்கு தொலைபேசி வாயிலாக அழைப்பு விடுத்து ஒரு முக்கியமான விஷயமாக பேச வேண்டும் என்கிறார். அவர்கள் சந்திப்பில் உருவானதுதான் விஜயா மருத்துவமனை. நீங்கள் திரைத்துறையில் பெரும் சாதனைகளை புரிந்துள்ளீர்கள். இருந்தாலும் பொது மக்களுக்கு உதவும் வகையில் ஒரு மருத்துவமனையை உருவாக்க வேண்டும் என்று கூறி அதில் கடைப்பிடிக்க வேண்டிய விஷயங்கள் என்னென்ன என்றும் பட்டியலிட்டுத் தர.. இது தொடர்பாக எந்தெந்த வகைகளில் நான் உதவிட முடியுமோ நான் தயார் என்றார் எம்.ஜி.ஆர்.

ஆம்.. இன்றும் அந்த விஷயங்கள் கடைப்பிடிக்கப்படுகின்றன. எந்த ஒரு நோயாளியையும் தேவைக்கு அதிகமான நாட்கள் மருத்துவ மனையில் அனுமதிக்கக்கூடாது. குறைந்த கட்டணமே வசூலிக்கப் பட வேண்டும். அந்த நோயாளியுடன் தங்கிக் கொள்ள ஒருவர் மட்டும் அனுமதிக்கப்பட வேண்டும். எம்.ஜி.ஆரின் கருணை மனதினை கௌரவிக்கும் வகையிலும், நன்றி பாராட்டும் விதத்திலும் அந்த மருத்துவமனையில் நுழைவு வாயிலில் ஒருபுறம் டாக்டர் எம்.ஜி.ஆர் நுழைவு வாயில் என்று இன்றுமிருப்பதை நாம் காணலாம்!

பாடலின் மேலாண்மை அதிகாரம்

உணவு, உடை, உறையுள் ஆகிய அடிப்படைத் தேவைகளை அடுத்து மனித மனம் தேடுவது, நாடுவது - அங்கீகாரம், மதிப்பு, புகழ் என்பனவே..

வாழ்க்கை எப்போது நம் வசமாகும்? வெற்றி எப்படி சாத்தியமாகும்? நமக்காக வாழும்போது அடையும் வெற்றியைவிட பிறருக்காக வாழும் போது கிடைக்கும் வெற்றி மகத்தானது! மகோன்னதமானது! நல்லது உங்களால் பிறருக்கு கிடைக்கும்போது புகழும் மாலைகளும் உங்களை வந்து தானாக சேரும்!

Victory is a accumulation of Sincerity, Honesty, Hard work, Determination and so on. When you reach the target, Celebration begins.

11. கொடுத்ததெல்லாம் கொடுத்தான்

உழைக்கும் மக்களின் பிரதிநிதியாக ஒவ்வொரு திரைப்படத்திலும் பாத்திரமேற்று தனது தனித்துவத் திறமைகளால் பாட்டாளி மக்களின் அன்பிற்கு முற்றிலுமாய் பாத்திரமானவர் எம்.ஜி.ஆர். அவ்வரிசையிலே படகோட்டி, ரிக்ஷாக்காரன், விவசாயி, மீனவ நண்பன், தொழிலாளி போன்ற திரைப்படங்களின் பெயர்களும் அணிவகுப்பதை நாம் காணலாம். அவ்வரிசையில் படகோட்டி மாபெரும் திரைக்காவியம். சரவணா பிலிம்ஸாரின் தயாரிப்பில் எம்.ஜி.ஆர். சரோஜாதேவி இணைந்து நடித்த வண்ணப்படம். மீனவ மக்களின் வாழ்க்கையை மையமாக வைத்து உருவாக்கப்பட்ட இப்படத்தின் அனைத்துப் பாடல்களும் கவிஞர் வாலி அவர்களால் எழுதப்பட்டு, இசையமைப்பாளர்கள் மெல்லிசை மன்னர்கள் விஸ்வநாதன் ராமமூர்த்தி ஆகியோரால் இசைய்மைக்கப்பட்டவை. அன்றும், இன்றும், என்றும் போற்றப்படும் பாடல்களாக மக்கள் நெஞ்சில் நிறைந்தவை என்றால் அது மிகையில்லை. ஒவ்வொரு பாடலையும் ஓராயிரம் முறை கேட்டு இன்புறலாம்!!

கொடுத்ததெல்லாம் கொடுத்தான், தரைமேல் பிறக்க வைத்தான்,

தொட்டால் பூ மலரும், பாட்டுக்கு பாட்டெடுத்து, நானொரு குழந்தை, என்னை எடுத்து தன்னைக் கொடுத்து.. இசையும் கவிதையும் இணைந்து வெற்றியுலா நடத்திவரும் அழகை இன்றும் நாம் காணலாம்! கேட்கலாம்!! எளிமையான வார்த்தைகள் இனிமை யான இசையோடு இன்பம் ஊட்டும் என்பதற்கு படகோட்டி படப் பாடல்கள் தக்க சான்று!

இறைவன் படைத்த இவ்வுலகம் எனின் அதிலுள்ள ஏற்றத் தாழ்வுகள் எத்தனை எத்தனை என்கிற குமுறல் - புரட்சியாக வெடித்து உலகில் கம்யூனிஸ சித்தாந்தத்தை தோற்றுவித்தது. இதனை மையப்படுத்தி கவிஞர் வாலி அவர்களின் சிந்தனையில்.. மீனவ மக்களின் வாழ்க்கைப் பதிவினை இத்தனை சிறப்பாய் இன்னொரு திரைப்பாடல் சொல்லவில்லை என்பது திண்ணம்!

கொடுத்ததெல்லாம் கொடுத்தான் அவன் யாருக்காகக் கொடுத்தான்
ஒருத்தருக்கா கொடுத்தான் இல்லை ஊருக்காகக் கொடுத்தான்

மண்குடிசை வாசலென்றால் தென்றல்வர வெறுத்திடுமா
மாலைநிலா ஏழையென்றால் வெளிச்சம்தர மறுத்திடுமா
உனக்காகஒன்று எனக்காகஒன்று ஒருபோதும் தெய்வம்கொடுத்ததில்லை

படைத்தவன்மேல் பழியுமில்லை பசித்தவன்மேல் பாவம்இல்லை
கிடைத்தவர்கள் பிரித்துக்கொண்டார் உழைத்தவர்கள் தெருவில்நின்றார்
பலர் வாட வாட சிலர் வாழ வாழ ஒருபோதும் தெய்வம் கொடுத்ததில்லை

இல்லை என்போர் இருக்கையிலே இருப்பவர்கள் இல்லை என்பார்
மடிநிறைய பொருள் இருக்கும் மனம் நிறைய இருள் இருக்கும்
எது வந்தபோதும் பொதுவென்று வைத்து வாழ்கின்ற பேரை வாழ்த்திடுவோம்!

உரக்கச் சொல்வேன்.. இது திரைப்பாடல் மட்டுமல்ல.. உலக மக்களுக்கு உணர்த்தப்பட வேண்டிய உன்னத நெறியாகும்! ஒற்றை வரிகூட ஏதோ இசைக்காக எழுதப்பட்டதாய் இல்லாமல், ஒவ்வொன்றும் ரத்தினச்சுருக்கமாய் பொதுவுடைமைக் கருத்துக் களைத் தாங்கி நிற்பதால் இப்பாடல் என்றைக்கும் தேவையான கானம் என்றே சொல்லலாம்!

பாடலின் மேலாண்மை அதிகாரம்

தனி ஒரு மனிதனுக்கு உணவில்லையென்றால் ஜகத்தினை அழித்திடு வோம் என்றான் தமிழ்க்கவி பாரதி. செல்வங்கள் சிலரிடத்தில் குவிந்திருப் பதும், பலரிடத்தில் மெலிந்திருப்பதும் ஏன் நடந்தது? பணக்காரனிடத்தில் பணம் குவிந்து கொண்டே இருக்கிறது! ஏழை மேலும் மேலும் ஏழ்மையில் வாடுகிறான். உலகம் இப்படியிருக்க, சமத்துவ சமுதாயம் என்பது வெறும் ஏட்டினில் மட்டுமே சாத்தியம். Captialism, Socialism, Communism இவற்றின் எல்லைகள் எதிரெதிர் திசைகளில்..

இவ்வேறுபாடுகளுக்கிடையே, இந்தப் பாகுபாட்டை வகுத்தவன் யார்? பொருளாதார சமச்சீருக்கு வழியெங்கே? எல்லா வினாக்களுக்கும் விடை தருகிற பாடல்..

கொடுத்ததெல்லாம் கொடுத்தான் அவன் யாருக்காகக் கொடுத்தான்
ஒருத்தருக்கா கொடுத்தான் இல்லை ஊருக்காகக் கொடுத்தான்

படைத்தவன் மேல்பழியுமில்லை பசித்தவன் மேல் பாவம் இல்லை
கிடைத்தவர்கள் பிரித்துக்கொண்டார் உழைத்தவர்கள் தெருவில் நின்றார்
பலர் வாட வாட சிலர் வாழ வாழ ஒருபோதும் தெய்வம் கொடுத்ததில்லை..

12. உன்னையறிந்தால் நீ உன்னையறிந்தால்

'Know thyself' தத்துவம் அறியப்பட்ட நாள் முதலாய்.. தன்னைத் தானறிதல் என்பது தவத்திலும் அடிப்படையாய் ஷேக்ஸ்பியரின் சொல்லோவியமாகவும்..

கடவுள் என்பது கூட உள்ளே உள்ளது என்பதையே குறிக்க.. இருக்கும் இடத்தை விட்டு எங்கும் அலைய வேண்டாம் என்பதை உணர்த்த, உலகின் திசைகள் பரவிக்கிடந்தாலும் - அதை ஆளும் திறன் உள்ளத்திற்கு உள்ளது என்பதே உணர்ந்த உண்மையாகும்.

உன்னையறிந்தால்.. நீ உன்னையறிந்தால்.. வலியுறுத்தப்பட்ட இந்த ஒற்றைச் சொல்லுக்கே ஓராயிரம் பொருளடக்கம் உள்ளபோது பாடலின் சரணங்கள் ஓடிவருகின்றன ஜீவநதியாய், ஆம் ஒவ்வொரு ஜீவனையும் நோக்கி..

பூமியில் நேராக வாழ்பவர் எல்லோரும்
சாமிக்கு நிகர் இல்லையா
பிறர் தேவை அறிந்து கொண்டு
வாரிக் கொடுப்பவர்கள் தெய்வத்தின் பிள்ளை இல்லையா (உன்னை)

மாபெரும் சபையினில் நீ நடந்தால் - உனக்கு
மாலைகள் விழ வேண்டும் - ஒரு

மாசு குறையாத மன்னவன் இவனென்று
போற்றிப் புகழ வேண்டும்

நம்ம சத்யராஜ் அவர்கள் அடிக்கடி சொல்வதுபோல் இந்தப் பாடல் ஏழைகளின் கீதை - வேதம் - பைபிள் - குரான்

வேறென்ன சொல்ல வேண்டும்?

உன்னை அறிந்தால்...நீ உன்னை அறிந்தால்
உலகத்தில் போராடலாம்
உயர்ந்தாலும் தாழ்ந்தாலும்
தலை வணங்காமல் நீ வாழலாம் (உன்னை)

பாடலின் மேலாண்மை அதிகாரம்

ஒரு மனிதன் தன்னைப் பற்றி அறிவது என்பதில் பல நிலைகள் உள்ளன. மேலோட்டமாகச் சொல்லப்படும் வார்த்தையல்ல.. ஒரு ஜீவனின் சக்தி என்பது ஜனனம் தந்த செல்வமென்றாலும் அதனைச் சரிவரப் பயன் படுத்தும் கடமையும், ஆற்றலும் மீண்டும் தனிமனித உடைமை ஆகிறது. தனது பலம், பலவீனம் என்ன என்பதைப் பகுத்தாய்ந்து, அதற்கேற்றாற் போல தனது துறைகளைத் தேர்ந்தெடுத்துப் பயணம் மேற்கொள்ளுதல் அவசியமாகிறது.

சுயபரிசோதனை என்பது ஒவ்வொரு மனிதனும் மேற்கொள்ள வேண்டிய ஒன்றாகும். அலுவலகங்களில் மேற்பார்வையாளர் பதவிகள் முதலாக அனைத்திலும் Self - Appraisal என்பது நிர்ணயிக்கப்பட்ட ஒன்றாய் விளங்குவது நிகழ்கால எடுத்துக்காட்டு.

ஒரு மரத்திற்கு ஆணிவேர் எப்படி முக்கியமோ அப்படியே தனி மனிதன் தன்னைப் பற்றி முழுமையாக அறிதல், ஆழ்கடல் போன்ற மனதை அடக்கி யாளும் தன்மை – அதன் அவசியம் என்பன எல்லாம் ஆராய்ச்சியாளர்கள் மேற்கொண்டு வரும் தலைப்புகள், தத்துவ ரீதியான இந்த விளக்க மெல்லாம் சராசரி மனிதனைச் சென்று அடைவது எப்போது?

'Know thyself'..ல் தத்துவம் அறியப்பட்ட நாள் முதலாய்.. தன்னைத் தானறிதல் என்பது தவத்திலும் அடிப்படையாய் ஷேக்ஸ்பியரின் சொல் லோவியமாகவும்.. உன்னை அறிந்தால் நீ உன்னை அறிந்தால்.

"Knowing yourself" is a profound pursuit, encouraging introspection and self-awareness to understand your strengths, weaknesses, values, and aspirations, ultimately leading to a more fulfilling and authentic life.

13. கண்ணை நம்பாதே உன்னை ஏமாற்றும்..

கவிஞர்களையும், புலவர் பெருமக்களையும் எப்போதும் நேசித்து அவர்களின் தமிழை காதலித்து வாழ்ந்தவர் புரட்சித் தலைவர்! அவரால் வாழ்வு பெற்றவர்கள் ஏராளம்! அதுவும் தமிழ்க் கவிதை எழுதுபவர்கள் என்றால், கருணையுடன் அவர்களுக்கு அள்ளிக் கொடுத்து வாழ வைப்பவர் எம்.ஜி.ஆர்!

கவிஞர் மருதகாசி அவர்கள் பல்வேறு பாடல்களை தனது திரைப் படங்களுக்கு எழுதியிருந்தாலும், வண்ணத் திரைப்படங்கள் வந்த பிறகு அவரின் பாடல் இடம் பெறவில்லையே என்று நினைத்த எம்.ஜி.ஆர். தான் நடித்த நினைத்ததை முடிப்பவன் திரைப்படத்திற் காக ஒரு பாடலை எழுத கவிஞர் மருதகாசி அவர்களை அழைத்து வரச் செய்தார். மக்கள் திலகத்தின் மனதை முற்றிலும் அறிந்த கவிஞர் மருதகாசி என்பதால். அவர் கேட்ட மாத்திரத்தில், அருமையான இப்பாடலை, காட்சியமைப்பிற்கு ஏற்ற பாடலை, சூழ்நிலை களுக்கு பொருந்தும் வகையில் எழுதித் தந்திருக்கிறார்.

இத்திரைப்படத்தில் இரட்டை வேடங்களில் மக்கள் திலகம் எம்.ஜி.ஆர். கிராமத்திலிருந்து நகரத்திற்கு வந்து சேர்ந்த நாயகனாய்

ஒரு தோற்றம்! கொள்ளையடிப்பதில் தேர்ந்தவனாய் மறுதோற்றம்! காட்சியமைப்பில் இரு கதாபாத்திரங்களும் நம் கண் முன்னே தோன்ற மாறுவேடங்களில் காவலர்கள் கூடுகின்ற சபையில்.. கதையின் நாயகன் தான் பாடும் பாடலாக இடம் பெறும் பாடல்!

கவிஞர் மருதகாசியின் கைவண்ணத்தில் - உதித்த எண்ணங் களிவை! சொல்ல வேண்டிய கருத்தை நச்சென்று பல்லவியிலே சொல்வதென்பது அத்தனை எளிதன்று! தொட்டுக்காட்ட வேண்டிய பாத்திரப் படைப்புகளையும் பாடலில் பளிச்சென்று இடம் பெறச் செய்வது மக்கள் திலகத்திற்காகவே வரையப்பட்ட திரைப்பாடலிது!

சமுதாயத்தில் நடக்கும் அவலங்களைத் தோலுரித்து - வேடதாரிகளை இனம் கண்டு சரியான சாட்டையடி கொடுக்கும் சத்திய வரிகள்!

எத்தனைக் காலமானாலும் இவ்வுலகில் நல்லவர்களும் கெட்டவர் களும் கலந்தே இருப்பர் என்பது உண்மையென்றால் - காலங்களைக் கடந்து அவர்களின் நிறம்காட்டும் இப்பாடலும் சென்றே தீரும் என்பதும் உண்மை!

ஒவ்வொரு திரைப்பாடல் வரியிலும் கூட புரட்சித்தலைவர் கவனம் செலுத்திடுவார் என்பதற்கு இந்தப் பாடல் இன்னொரு சாட்சி யாகும்!

பாடல் ஒலிப்பதிவு முடிந்தபின்பு தனது இராமாபுரம் தோட்டத் திற்கு அனுப்பப்படுவதும் அன்றிரவே தனிமையில் கேட்பதும் எம்.ஜி.ஆரின் வாடிக்கை! அப்படி இப்பாடல் எம்.ஜி.ஆரிடம் அனுப்பப்படுகிறது!

> பொன் பொருளைக் கண்டவுடன் வந்தவழி மறந்துவிட்டு
> கண் மூடிப்போகிறவர் போகட்டுமே!

என்கிற வரியில் உள்ள கண் மூடிப்போகிறவர் என்னும் வார்த்தை களை நீக்கிவிட்டு தன்வழியே போகிறவர் போகட்டுமே என்று மாற்றச் சொன்னார் என்றால் கவிஞர் தம் சொற்களில் அறச் சொற்கள் வந்துவிடக் கூடாது என்பதில்கூட எம்.ஜி.ஆர் எத்தனை கவனம் கொண்டிருந்தார் என்பது புலனாகிறது!

கண்ணை நம்பாதே உன்னை ஏமாற்றும்
உன்னை ஏமாற்றும் நீ காணும் தோற்றம்
உண்மையில்லாதது.. உண்மையில்லாதது
அறிவை நீ நம்பு உள்ளம் தெளிவாகும்
அடையாளம் காட்டும் பொய்யே சொல்லாதது..
காவலரே வேஷமிட்டால் கள்வர்களும் வேற்றுருவில்
கண்முன்னே தோன்றுவது சாத்தியமே
காத்திருந்து கள்வருக்கு கைவிலங்கு பூட்டிவிடும்
கண்ணுக்கு தோணாத சத்தியமே
போடும் பொய்த்திரையைக் கிழித்துவிடும் காலம்
புரியும் அப்போது மெய்யான கோலம்..
ஓம் முருகா என்று சொல்லி உச்சரிக்கும் சாமிகளே
உருத்திராட்சப் பூனைகளாய் வாழுறீங்க
சீமான்கள் போர்வையிலே சாமான்ய மக்களையே
ஏமாற்றிக் கொண்டாட்டம் போடுறீங்க..
பொய்மை எப்போதும் ஓங்குவதுமில்லை
உண்மை எப்போதும் தூங்குவதுமில்லை..

பாடலின் மேலாண்மை அதிகாரம்

கண்ணால் பார்ப்பதும் பொய் காதால் கேட்பதும் பொய் தீர விசாரிப்பதே மெய் என்பார்கள். நாம் கண்ணால் பார்க்கும் ஒரு விஷயம் கூட மெய்யாக இருக்கும் என்பதற்கு உத்தரவாதமில்லை.. எதையும் தெளிந்து முடிவெடுக்க வேண்டும்.

Ability to systematically and logically analyze information, identify patterns, and draw conclusions to solve problems or make informed decisions.

14. ஏன் என்ற கேள்வி

ஏன் என்ற கேள்வி இங்கு கேட்காமல் வாழ்க்கை இல்லை..

பகுத்தறிவுச் சிந்தனையின் முதல் அடையாளம் ஏன் என்று கேட்பது தான்! கேள்வியிலிருந்துதான் பதில் கிடைக்கும்! கேள்வி கேட்பது நமது உரிமை! எதையும் அப்படியே ஏற்றுக்கொள்வதல்ல!

சீரிய இச்சிந்தனையை மக்களின் மனதிலே பதித்து அவர்கள் சிந்திக்கும் திறனை வளர்த்து இச்சமுதாயத்தின் ஒட்டுமொத்த நலன் வளர்க்கப் பாடுபாட வேண்டும் என்கிற உயரிய எண்ணத்தில் உருவாக்கப்படும் சமத்துவ சமுதாயம்தான் நாம் காண விரும்பும் ஒளிமயமான எதிர்காலம் என்கிற கழகத்தின் கோட்பாடுகளைத் தான் நடிக்கும் திரைப்படங்கள் வாயிலாக மக்களுக்கு ஊட்டுகின்ற பணியை எம்.ஜி.ஆர் காலகாலமாகச் செய்து வந்தார்.

ஏன் என்ற கேள்வி
இங்கு கேட்காமல் வாழ்க்கை இல்லை
நான் என்ற எண்ணம்
கொண்ட மனிதன் வாழ்ந்ததில்லை

பகுத்தறிவு பிறந்ததெல்லாம்
கேள்விகள் கேட்டதனாலே
உரிமைகளை பெறுவதெல்லாம்
உணர்ச்சிகள் உள்ளதனாலே

ஒரு திரைப்படம் அதற்கான கதை, கரு, அதன் போக்கு என்னவாகயிருந்தாலும் அதில் குறைந்தபட்சம் ஒன்றிரண்டு பாடல்கள் இச்சமுதாய மேன்மைக்கு, குறிப்பாக அடித்தட்டு மக்களுக்கு சென்றடைய வேண்டிய கருத்துக்களை அடிக்கோடிட்டு பாடல்கள் வாயிலாக கொண்டு சேர்த்த பெருமை எம்.ஜி.ஆர் அவர்களுக்கு அமைந்தாற்போல வேறு எவருக்கும் அமைந்ததில்லை! அதில் அவர் கவனம் செலுத்தியதால்தான் தமிழ்த்திரை வரலாற்றில் உருவான பொற்காலப் பாடல்களின் பொக்கிஷங்களாக அவை இன்றும் திகழ்கின்றன!

ஒரு திரைப்படம் ஏதோ மூன்று மணி நேரப் பொழுதுபோக்காக அமைந்துவிடக்கூடாது. அந்தப் பொழுதுபோக்கில் மனிதர்கள் தங்கள் உள்ளத்தில் ஏற்றிட வேண்டிய கருத்துக்களைச் செதுக்கி வைக்கும் பணியைக் கவிஞர்கள் ஏற்றிருக்க, அதற்குத் தக்க இசையினை வழங்கிட இசை அமைப்பாளர்கள் சூழ்ந்திருக்க.. உரிய குரலில், குறிப்பாக டி.எம்.சௌந்திரராஜன் அவர்கள் வாய்த்திட எம்.ஜி.ஆர் என்பவரின் அரியாசனம் அன்றே தயாராகிக் கொண்டே வந்திருக்கிற ரகசியம் வரலாறு எழுதிவைத்த ஒன்று என்பது இன்று புலனாகிறது!

திரைப்படத்தின் கதையோட்டப்படி, அடிமைக்கூட்டத்தின் தலைவனாக கதாநாயகன் பொதுநல நோக்கோடு தன் தொண்டர்களை உருவாக்கிடும் பொறுப்போடு ஒவ்வொரு வரியிலும் உணர்வுகளைப் பொதித்து வைக்க, கதைக்குத் தக்கதாய் அமைந்து அப்படத்தின் வெற்றிக்கு வழிவகுத்தது ஒருபக்கம் இருந்தாலும் எம்.ஜி.ஆர். ரசிகர்கள் என்கிற லட்சக்கணக்கான மக்களுக்கு உத்வேகம் தருகின்ற உயிரோட்டமான பாட்டு வரிகள் இவை என்பதை உலகம் ஒப்புக் கொண்டிருக்கிறது!

(வசனம்)

குழு 1 : காலா காலத்துக்கும் இப்படியே ஒழச்சிக்கிட்டே இருந்து இந்தக் கன்னித் தீவுமண்ணுக்கே எருவாக வேண்டியது தானா?

குழு 2 : நம்ம சொந்த ஊருக்கு போறது எப்ப?

குழு 3 : புள்ள குட்டி மொகத்த பாக்கறது எப்ப?

குழு 4 : இன்னும் எத்தனை நாளைக்குத் தான் பொறுமையா இருக்கிறது?

> ஓராயிரம் ஆண்டுகள் ஆகட்டுமே - நம்
> பொறுமையின் பொருள்மட்டும் விளங்கட்டுமே
> வருங்காலத்திலே நம் பரம்பரைகள்
> நாம் அடிமை இல்லை என்று முழங்கட்டுமே

குறிப்பாக இந்தப் பாடல் திரையில் வருகின்ற சில வசனங்களை முன்னோட்டமாகக் கொண்டு எழுகிறபோது, அதன் வீரியம் இன்னும் மிகுகிறது! ஆயிரத்தில் ஒருவன் எம்.ஜி.ஆர் என்பதை அன்றைய படம் மட்டுமல்ல தமிழகமே ஏற்றுக்கொண்டது! ஒரு நல்ல தலைவன் இன்றைய தலைமுறையை மட்டுமின்றி வருகின்ற தலைமுறையும் நன்றாக அமைய வேண்டும். அவர்கள் சுதந்திரமாய் வாழ வேண்டும் என்று எண்ணுவான். அப்படி ஓராயிரம் ஆண்டுகள் ஆகட்டுமே.. நம் பொறுமையின் பொருள் மட்டும் விளங்கட்டுமே.. வருங்காலத்திலே நம் பரம்பரைகள் நாம் அடிமை இல்லை என்று முழங்கட்டுமே! என்று ஒலிக்கின்ற அந்த குரல்.. ஒட்டுமொத்த அடிமையினத்திற்கே வழங்கப்பட்ட பரிசல்லவா?

(வசனம்)

பூங்கொடி... சீக்கிரமே இந்தத் தீவு சொர்க்கபுரியாகிவிடும் போலிருக்கிறது. எல்லாம் இந்த அடிமைகளின் உழைப்பால்தானே?

சந்தேகம் என்ன... நமக்கு வாய்த்த அடிமைகள் மிகமிக திறமை சாலிகள். ஆனால் வாய்தான் காதுவரை இருக்கிறது.

> நீரோடைகள் கோடையில் காய்ந்திருக்கும்
> மழைக்காலத்தில் வெள்ளங்கள் பாய்ந்திருக்கும்

நம் தோள் வலியால் அந்த நாள் வரலாம்
அன்று ஏழை எளியவர்கள் நலம் பெறலாம்
முன்னேற்றம் என்பதெல்லாம்
உழைப்பவர் உழைப்பதனாலே
கடமைகளைப் புரிவதெல்லாம்
விடுதலை வேண்டுவதாலே

ஒரு வரலாற்றுப் படமாக எடுக்கப்பட்ட ஆயிரத்தில் ஒருவன் திரைப்படத்தில் காட்சிகள் ஒவ்வொன்றும் அற்புதம் என்று சொல்ல வைக்கும்! பாடல்கள் ஒவ்வொன்றும் ஆனந்தம் என்றே பண்பாட வைக்கும்!! ஏற்ற பாத்திரப் படைப்புகள் எல்லாம் அதற்கேற்ப அமைந்திருக்கும் அழகை இத்திரைப்படம் அளவிற்கு இன்னொரு படம் அமையவில்லை என்பது எனது எண்ணம்!!

பாடலின் மேலாண்மை அதிகாரம்

ஏன் என்ற கேள்வி இங்கு கேட்காமல் வாழ்க்கை இல்லை.. பகுத்தறிவுச் சிந்தனையின் முதல் அடையாளம் ஏன் என்று கேட்பதுதான்! கேள்வியி லிருந்துதான் பதில் கிடைக்கும்! கேள்வி கேட்பது நமது உரிமை! எதையும் அப்படியே ஏற்றுக்கொள்வதல்ல!

"why" questions are crucial for understanding the rationale behind decisions, strategies, and actions, ensuring alignment with organizational goals and fostering effective problem-solving and innovation.

15. காலத்தை வென்றவன் நீ

எம்.ஜி.ஆர் என்கிற வரலாற்றை எழுதுவதென்றால் எவராலும் முழுமையாய் முடிக்கவே முடியாது. காரணம் அதில் அத்தனைப் பக்கங்கள்! அத்தனைப் புதிர்கள்! செவி வழியே பெற்ற செய்திகளைத் தொகுத்திடலாம் என்றால் அவை இன்னுமின்னும் என்று வந்தவண்ணம் உள்ளன. ஏற்கனவே வெளியான நூல்களைப் பார்த்தாலும் எல்லாம் எம்.ஜி.ஆரின் புதிய புதிய செய்திகளைச் சுமந்து கொண்டிருக்கின்றன! ஆனால், ஒற்றைப் பாடலில் எம்.ஜி.ஆரின் புகழோவியம் பளிங்கு போல் காட்டப்பட்டிருக்கிறது என்றால் அது மிகையில்லை! ஆம்! எம்.ஜி.ஆரின் பிக்சர்ஸ் தயாரித்த அடிமைப்பெண் திரைப்படத்திற்காக எழுதப்பட்ட பாட்டு! கவிஞர் அவினாசி மணி அவர்கள் எழுதியுள்ள எம்.ஜி.ஆர். தரிசனம்!

    காலத்தை வென்றவன் நீ
    காவியமானவன் நீ
    வேதனை தீர்த்தவன்
    விழிகளில் நிறைந்தவன்
    வெற்றித் திருமகன் நீ.... (காலத்தை)

கலைச்செல்வி ஜெ.ஜெயலலிதாவும் நடிகை ஜோதிலட்சுமியும் இணைந்து நடனமாடிப் பாடிடும் பாடலாக.. கற்பனையில் பின்னப் பட்டிருந்தாலும், நடந்த வரலாறு போன்று அமைந்த கதையில் வண்ணங்கள் சிதறாமல் வடிவழகு குறையாமல் கதையின் நாயகன் - வெற்றிப் புன்னகை சிந்த - அவனால் பயன்பெற்றோர் புடைசூழ புகழ்மாலை சூட உருவான காட்சியில் ஒலிக்கும் பாடல்!

நடந்தால் அதிரும் ராஜநடை
நாற்புறம் தொடரும் உனது படை
போர்க்களத்தில் நீ கணையாவாய்
பூவைக்கு ஏற்ற துணையாவாய் (காலத்தை)

திரையிசைத் திலகம் கே.வி.மகாதேவன் அவர்களது இசையில் உருவான கானாமிர்தம்! எம்.ஜி.ஆர். ரசிகர்களுக்கு இது தேனாமிர்தம்! பி.சுசீலா - எஸ்.ஜானகி இணைந்து பாடிய பாடல்!

அழகாக விடிந்திடும் பொழுதும் உனக்காக
வேங்கையின் மைந்தனும் எனக்காக
ஓயாது உழைப்பதில் சூரியன் நீ
ஒவ்வொரு வீட்டிலும் சந்திரன் நீ.. (காலத்தை)

பாவாய் பாவாய் பாரடியோ
பார்வையில் ஆயிரம் வேலடியோ
தங்கம் தங்கம் உன் உருவம்
தாங்காதினிமேல் என் பருவம் (வேதனை)

சுகமான தேனாற்றில் நீந்துவதைப் போல் இதமான வார்த்தை களோடு இதயம் தொடுகின்ற பாடல்! போட்டி போட்டுக் கொண்டு பாடுவதென அமைந்திருந்தாலும் முழுக்க முழுக்க எம்.ஜி.ஆர். என்னும் மூன்றெழுத்து மந்திரத்தின் விரிவாக்கம் இந்தப் பாடல்! அவர் வெற்றியின் விலாசம் ஏழை மக்களின் இதயங்களில் எப்படி எம்.ஜி.ஆர் கொலுவிருக்க முடிகிறது என்கிற ரகசியத்தைப் பகிரப் படுத்தும் பாடல்!

சுடராக ...
தோளில் திகழ்மலைத் தொடராக
தோகையின் நெஞ்சம் மலராக

உள்ளத்தில் இருக்கும் கனவாக
ஊருக்குத் தெரியா உறவாக   (காலத்தை)

காலத்தை வென்ற காவியத் தலைவனைச் சொற்சித்திரமாகக் காட்டி யிருக்கும் இந்தப் பாடல் காலத்தை வென்ற பாடலே!!

> **பாடலின் மேலாண்மை அதிகாரம்**
>
> வெற்றிப் புன்னகை சிந்த – அவனால் பயன்பெற்றோர் புடைசூழ புகழ்மாலை சூட உருவான காட்சியில்,
>
> உழைப்பு என்பதுதான் வெற்றிக்கெல்லாம் அடித்தளம்! ஓயாமல் உழைத்தவர்க்கு வெற்றித்திருமகள் கட்டித் தழுவ ஓடிவருவாள் என்பது சத்தியம்!
>
> *Managers can make or break a team and be the difference between success and failure. "success" refers to the achievement of desired results, or the positive outcome of an endeavor. (remove all the song lines in the box) "Nothing succeeds like success" is a common saying, meaning that once you have achieved success, it is easier to achieve further success.*

16. ஓடி ஓடி உழைக்கனும், ஊருக்கெல்லாங் கொடுக்கனும்

‘**ந**ல்ல நேரம்’ திரைப்படத்திற்காக நாயகன் பாடும் பாடல்! காட்டு விலங்காம் யானைகள் வைத்து தேவர் எடுத்த படம்! உழைப்பின் மேன்மையை உயர்த்திக் காட்டும் புலவரின் கை வண்ணம்! எழுத்தில் எழுந்து நிற்கும் உயர்ந்த கோபுரம்! வாழ்க்கைப் பாடத்தை வரிகளில் காட்டியிருக்கும் அற்புதக் கவிதை!

உழைப்பின் பெருமை என்னவென்று உலகறியும்! உழவன் முதல் கவிஞன்வரை உழைப்பு ஒன்றுதான் மனித முன்னேற்றத்திற்கு முதல்படி! இவ்வுலகில் பிறந்த எந்த மனிதனும் உழைப்பதில் பின் வாங்கக்கூடாது. இன்னும் சொல்லப்போனால், உழைக்க மறுப்பவனுக்கு உண்ணுவதற்கு உரிமை கிடையாது என்றே இலக்கணம் வகுக்கலாம். அதுவும் தனக்காக வாழ்வதைவிட பிறருக்காக வாழ்வதிலேதான் அர்த்தமிருக்கிறது! ஆனந்தமிருக்கிறது! இந்த தத்துவ தரிசனத்தைத் திரைப்பாடலில் கொண்டுவரும் சாமர்த்தியம் புலவர் புலமைப்பித்தன் போன்ற பிதாமகர்களுக்கே கைகூடும்!

இரு சக்கர வாகனத்தில் பயணம் செல்லும் போதெல்லாம் என் மகனை முன் வைத்துக் கொண்டு எம்.ஜி.ஆர். பாடல்களை முணு

முணுப்பது வழக்கம்! என் மகன் விவேகானந்தன் சுமார் 6 வயது இருக்கும்போது முதலில் உரக்கப்பாடிய வரிகள் இவைதான்...

வயித்துக்காக மனுஷன் இங்கே கயித்தில் ஆடுறான் பாரு
ஆடிமுடிச்சி இறங்கி வந்தா அப்புறம் தாண்டா சோறு

நான்கூட கேட்டேன். என்ன விவேக், பல்லவியெல்லாம் விட்டு விட்டு சரணத்தில் உள்ள வரிகளைப் பாடுகிறாயே என்று! அப்பா, அதில் கருத்து இருக்கிறது என்றான். அவன் கண்டிப்பாக வாழ்க்கையில் முன்னுக்கு வருவான். வெற்றி மேல் வெற்றி பெறுவான் என்று உணர்ந்தேன். தற்போது பொறியியல் பட்டப்படிப்பு முடித்து தனியார் நிறுவனத்தில் பணிபுரிவதோடு, கவியரசு கண்ணதாசன் அவர்களின் பூரண ஆசிகளால் குறும்படங்களுக்குப் பாடல்கள் எழுதி வருகிறான். இதுவரை சுமார் 450 பாடல்களுக்கு மேல் எழுதியிருக்கிறான் என்பதை பெருமையோடு இங்கே பதிவு செய்கிறேன்.

உலகம் முழுமைக்கும் உரிய பாடலிது! அறநெறி போற்றி ஆயிரம் செய்யுள்களைவிட இந்த ஒரு திரைப்பாடல் அதைவிட மக்கள் மனதில் எளிதாகச் சென்று சேரத்தக்கது என்பதைச் சொல்லவும் வேண்டுமோ?

1234 ... அப்... அப்....
ஓடி ஓடி உழைக்கணும் ஊருக்கெல்லாங் கொடுக்கணும்
ஆடிப்பாடி நடக்கணும் அன்பை நாளும் வளர்க்கணும்
வயித்துக்காக மனுஷன் இங்கே கயித்தில் ஆடுறான் பாரு
ஆடிமுடிச்சி இறங்கி வந்தா அப்புறம் தாண்டா சோறு
அன்போடு சொல்லுறதைக் கேட்டு
நீ அத்தனைத் திறமையும் காட்டு
இந்த அம்மாவைப் பாரு ஐயாவைக் கேளு
ஆளுக்கொண்ணு கொடுப்பாங்க
சோம்பேறியாக இருந்து விட்டாக்கா சோறு கிடைக்காது தம்பி
சுறுசுறுப்பில்லாம தூங்கிட்டுருந்தா துணியும் இருக்காது தம்பி
இதை அடுத்தவன் சொன்னா கசக்கும்
கொஞ்சம் அனுபவம் இருந்தா இனிக்கும்
இதுக்கு ஆதாரம் கேட்டா ஆயிரம் இருக்கு

பாடலின் மேலாண்மை அதிகாரம்

உழைப்பின் மேன்மையை உரக்கச் சொல்லும் வரிகள்! உழைப்பின் பெருமை என்னவென்று உலகறியும்! உழவன் முதல் கவிஞன்வரை உழைப்பு ஒன்றுதான் மனித முன்னேற்றத்திற்கு முதல்படி! இவ்வுலகில் பிறந்த எந்த மனிதனும் உழைப்பதில் பின் வாங்கக்கூடாது. இன்னும் சொல்லப் போனால், உழைக்க மறுப்பவனுக்கு உண்ணுவதற்கு உரிமை கிடையாது என்றே இலக்கணம் வகுக்கலாம். அதுவும் தனக்காக வாழ் வதைவிட பிறருக்காக வாழ்வதிலேதான் அர்த்தமிருக்கிறது! ஆனந்தமிருக் கிறது!

உலகம் முழுமைக்கும் உரிய பாடலிது! அறநெறி போற்றி ஆயிரம் செய்யுள்களைவிட இந்த ஒரு திரைப்பாடல் அதைவிட மக்கள் மனதில் எளிதாகச் சென்று சேரத்தக்கது என்பதைச் சொல்லவும் வேண்டுமோ?

The only thing standing between you and outrageous success is continuous progress." Hard work can help people develop character, motivate themselves, overcome hardships and achieve their goals. Many successful individuals have received or given helpful advice regarding hard work, as their achievements are often the result of their work ethic. Reading others' thoughts on hard work can help you. maintain discipline and motivation as you aim to achieve success in your career and life.

17. வெற்றியை நாளை சரித்திரம் சொல்லும்

இறையருள் பெற்ற கவிஞர்களின் வாக்கு என்றும் பொய்யாவ தில்லை! ரத்தினச் சுருக்கமாய், பொன்மொழிபோல் அவர்தம் வரிகள் மக்கள் மனதில் நிலைக்கின்றன. இன்னும் சொல்லப் போனால், உலக நியதிகளாகவும், மானுட தர்மங்களாகவும், அறநெறிகளாகவும் விளங்குபவை மன்னர்கள் வகுத்த சட்டங்கள் அல்ல.. வள்ளுவன் தொடங்கி பாரதி வரை தமிழ் உலகம் இந்த உண்மையை உணர்த்தியிருக்கிறது!

மக்கள் திலகத்தின் மாபெரும் படைப்பான உலகம் சற்றும் வாலிபன் திரைப்படத்தில் இடம் பெற்ற பாடல்கள் தேனாறு! கேட்கக் கேட்கத் திகட்டாதவை! வேட்கையைத் தூண்டும் வகையின! எழுதிய கவிஞர்களின் எண்ணிக்கையும் ஒன்றிரண்டல்ல! இதோ திரைப்படத்தின் முதல் பாடல்.. திரைப்படத்தின் பெயர் இடம் பெறும் வண்ணத்தின் பின்னணியாய். சங்கீத கலாநிதி சீர்காழி கோவிந்த ராஜன் குரலில் கம்பீரமாக.. மெல்லிசை மன்னர் வழங்கி யிருக்கும் ராஜபாட்டை!

அரசியல் ரீதியாக தி.மு.க.விலிருந்து நீக்கப்பட்ட எம்.ஜி.ஆர். தன்

ரசிகர்களுக்குத் தன்னம்பிக்கையை ஊட்டிட வேண்டிய அவசியத்தில் தன்னை நம்பிப் புதிய கட்சியைத் துவங்கிய கழகத் தொண்டர்களுக்கு என்ன சொல்கிறார் இந்தப் படத்தில் என்கிற பல்வேறு கேள்விகளுக்கு விடைசொல்லும் விதமாய்..

> வல்லோர்கள் சுரண்டும் பொல்லாத கொடுமை
> இல்லாமல் மாறும் பொருள் தேடி
> அன்று இல்லாமை நீங்கி எல்லோரும் வாழ
> இந்நாட்டில் மலரும் சமநீதி

> நம்மை ஏய்ப்பவர் கையில் அதிகாரம்
> இருந்திடும் என்னும் கதை மாறும்

அணு ஆயுதத்தால் உலகிற்கு ஏற்படக்கூடிய அழிவை, ஆபத்தை மையமாக வைத்து அதற்கேற்ற திரைக்கதை அமைத்து, தானே தயாரித்திருந்தார் - எம்.ஜி.ஆர். இந்தக் கதை உருவான கதை ஒன்று உண்டு. சத்யா படப்பிடிப்பு அரங்கில் இப்படத்திற்கான கதையைப் பற்றி ஆலோசனை செய்ய குழு ஒன்று கூடியபோது கையிலிருந்த ஒரு காகிதத்தை நான்கு துண்டுகளாய்க் கிழித்து மேசையில் வீசி யிருக்கிறார் எம்.ஜி.ஆர். அப்போது சட்டென்று யோசனை ஒன்று மின்னலாய் அடித்திருக்கிறது மனதில் ஆம். அணு ஆயுதக் கண்டு பிடிப்பு சூத்திரத்தை அதன் குறிப்பை நான்கு பகுதிகளாகப் பிரித்து அவற்றை ஒவ்வொரு நாட்டில் தனக்கு நம்பிக்கைக்குரியவர்களிடம் கொடுத்து வைப்பதாகக் கதையை அமைக்க வேண்டும். அதை இரண்டாவது கதாநாயகன் (எம்.ஜி.ஆர். இரண்டு வேடங்களில்) தொடர்ந்து கண்டுபிடிக்க..

> ஆற்றலும் அறிவும் நன்மைகள் ஓங்க
> இயற்கை தந்த பரிசாகும்
> இதில் நாட்டினைக் கெடுத்து நன்மையை அழிக்க
> நினைத்தால் எவர்க்கும் அழிவாகும்
> நல்லதை வளர்ப்பது அறிவாற்றல்
> அல்லதை நினைப்பது அழிவாற்றல்

திரைக்கதையில் விறுவிறுப்பும் வசனங்களில் துடிதுடிப்பும்

(திரு.சொர்ணம்) காட்சியமைப்புகளில் நேர்த்தியும் திரைப்படக் கலையை விரல் நுனியில் வைத்திருந்த வித்தகர் எம்.ஜி.ஆருக்குக்கு அமோக வெற்றியை ஈட்டித் தந்தது!

தொடர்கின்ற கருத்துக்கள்.. திரைப்படப் பாடல் பாடமாகும்! பெருமை சேர்க்கும் இசையமுதம் எனச் சொல்ல வைக்கிறது! புலவர் வேதா அவர்களின் கைவண்ணத்தில் பூத்திட்ட இப்பாடல் அவரின் புலமைக்குச் சான்றாகிறது!

> நமது வெற்றியை நாளைய சரித்திரம் சொல்லும்
> இப்படை தோற்கின் எப்படை வெல்லும்
> நீதிக்கு இது ஒரு போராட்டம்
> இதை நிச்சயம் உலகம் பாராட்டும்!

எம்.ஜி.ஆர். நடத்திய போராட்டத்தை தமிழகம் ஏற்றது.. சரியான தீர்ப்பு வழங்கியது என்பது காலத்தின் வரலாறு!

பாடலின் மேலாண்மை அதிகாரம்

உலக நியதிகளாகவும் மானுட தர்மங்களாகவும் அற நெறிகளாகவும் விளங்குபவை மன்னர்கள் வகுத்த சட்டங்கள் அல்ல.. வள்ளுவன் தொடங்கி கவிஞர் பரம்பரை தமிழ் உலகம் இந்த உண்மையை உணர்த்திக் கொண்டேயிருக்கிறது!

The phrase "history is written by the winners" is often attributed to Winston Churchill, though there is no definitive source confirming he actually said it. The sentiment reflects the idea that those in power or who succeed in conflicts have the ability to shape the narrative of historical events, often marginalizing or omitting the perspectives of those who lost. This concept has been discussed by various historians and philosophers throughout history, emphasizing the importance of examining multiple viewpoints in the study of history.

18. நினைத்ததை முடிப்பவன் நான்.. நான்..

'**எ**ங்க வீட்டுப் பிள்ளை' என்னும் மாபெரும் வெற்றிக் காவியத்தைப் படைத்த விஜயா வாஹினி புரொடக்ஷன்ஸாரின் வெற்றிப் படைப்பாக நம்நாடு. நாட்டில் நடக்கும் அநியாயங்களை கண்டும் காணாமல் வாழ்பவர்கள்தான் அதிகம்! நமக்கேன் வம்பு என்பது பெரும்பான்மையினரின் கருத்து! சராசரி மனிதர்களின் வாழ்க்கை எல்லை என்பது இப்படித்தான் நகருகிறது! ஆனாலும், மனதிற்குள் நீதியை நிலைநாட்ட வேண்டும்.. அநீதிக்கு எதிராக பொங்கி எழ வேண்டும்.. போராட வேண்டும்.. உண்மையை வாழ வைக்க வேண்டும்.. ஏழைக்குக் குரல் கொடுக்க வேண்டும் என்று எண்ணம் கொண்டோர் ஏராளம்.

ஒரு திரைப்படத்தில் தாங்கள் விரும்பிய, ஏங்கிய, எண்ணப்படி - கதாநாயகன் - அநீதியைத் தட்டிக் கேட்பதையும், அவன் அதற்காக தன் வாழ்க்கையைப் பணயம் வைத்து போராடுவதையும், எதிர் வரும் இன்னல்களைச் சமாளித்து வெற்றி பெறுவதையும் கைதட்டி வரவேற்பது நமது இயல்பாக இருக்கிறது!

'நம் நாடு' திரைப்படத்தில் ஒரு சராசரி மனிதனாக கதையின் நாயகன் வாழ்ந்து கொண்டிருக்க.. வாழ்க்கைச் சக்கரம் அவனை ஒரு நகரசபை தேர்தலில் நிற்க வைத்து தலைவராக்கி அழகு பார்க்கும்! அதே நேரத்தில் ஊழலில் திளைத்த ஊர்ப்பெரியவர்கள்.. மிராசு தாரர்கள், பணக்கார முதலைகள்.. தங்களின் வருவாய்க்கு குந்தகம் நேர்ந்திடும் என்று கருதி கதாநாயகனை எதிர்த்து நேர்முகமாகவும், மறைமுகமாகவும் தாக்குதல் நடத்தி காந்தியின் சிலையினடியில் கிடத்தி விடுவதாக திரையின் கதை நகர்ந்து இடைவேளை வந்திடும்.

இடைவேளைக்குப் பிறகு திடீரென்று கதாநாயகன் பெரும் பணக்காரனாகிறான்.. எவரெல்லாம் தன்னை தாக்கினார்களோ, அவர்களின் பேராசையை முதலீடாக்கி அவர்களைத் தன் வலையில் விழ வைக்கிறான். கவிஞர் வாலி அவர்களின் கைவண்ணத்தில் அனைத்துப் பாடல்களும் அருமை ரகமாக எம்.ஜி.ஆர் - ஜெயலலிதா இருவரின் கூட்டணியில் அமோக வெற்றி பெற்ற படம் நம்நாடு! 1969ல் வெளியான இப்படத்தில் நட்சத்திரப் பட்டாளம் அதிகம் தான்! மக்கள் திலகம், ஜெயலலிதா, நாகேஷ், ரங்காராவ், அசோகன், தங்கவேலு போன்ற பல முன்னணி நட்சத்திரங்கள் நடித்திருந்த படம். மெல்லிசை மன்னர் எம்.எஸ்.விஸ்வநாதன் இசையில் அத்தனைப் பாடல்களும் திரைப்படத்தின் வெற்றிக்கு உறுதுணை யாய் அமைந்தன.

மக்கள் திலகம் அரசியலில் நுழைவதற்கு - குறிப்பாக மக்களின் வரவேற்பு எத்தகையது என்பதை அறிந்து கொள்ள விரும்புவதாக தயாரிப்பாளர் நாகிரெட்டி அவர்களிடம் எம்.ஜி.ஆர் கேட்டதாக வும், அப்போது நாகிரெட்டி அவர்கள் அவருடைய தெலுங்குப்படம் ஒன்றின் கதையை கூறி அதையே தமிழில் எடுக்கலாம் என்றும் சொன்னாராம். தெலுங்குப் படத்தில் திரு. என்.டி.ஆர் - ஜெயலலிதா ஆகியோர் நடித்திருந்தனர். தமிழில் அதையே 'நம்நாடு' என்று தயாரித்ததாகவும், இதிலும் ஜெயலலிதாவே கதாநாயகி என்றும் முடிவானது. படம் எடுத்து முடித்ததும் மேகலா தியேட்டரில் படம் ரிலீஸ் ஆனதாம். அந்த படத்தைக் காண, மக்களின் எண்ணம் என்ன என்பதைத் தெரிந்து கொள்ள மக்கள் திலகம் அவர்களும், நாகி

ரெட்டியாரும் திரையரங்கில் வாயிலில் இரண்டு புறமும் யாரும் அறியாமல் நின்று படம் பார்த்துக் கொண்டிருந்தனராம்.

படத்தில் எம்.ஜி.ஆர் நடைபெறும் நகரசபை தேர்தலில் வெற்றி பெற்றதும், 'வாங்கய்யா வாத்தியாரய்யா' என்கிற பாடல் காட்சி வரும். அந்தப் பாடலின்போது மக்கள் அத்தனை பேரும் எழுந்து விசில் பறக்க தலைவர் வாழ்க என்று கோஷமிட்டு மீண்டும் மீண்டும் அக்காட்சியை திரையிட வலியுறுத்தினார்களாம். புரட்சித்தலைவர் அரசியலில் நுழைந்திட இந்த நிகழ்ச்சி பிள்ளையார் சுழி என்று சொல்லலாம்.

தான் நினைத்ததை முடித்திடும் நாயகனுக்கு.. பல்லவி தருகிறார் கவிஞர் வாலி. 'நினைத்ததை நடத்தியே முடிப்பவன் நான் நான்.. துணிச்சலை மனத்திலே வளர்த்தவன் நான் நான்..' வழக்கம்போல் நம்பிக்கை ஊட்டும் வரிகள்!

நினைத்ததை நடத்தியே முடிப்பவன் நான் நான் நான்
துணிச்சலை மனத்திலே வளர்த்தவன் நான் நான்
என்னிடம் மயக்கம் கொண்டவர் பழக்கம்
இன்றும் என்றும் தேவை என்று சொல்லடி தங்கம்
தங்கம் தங்கும் எந்தன் அங்கம் எங்கெங்கும்
பொன்னும் பெண்ணும் வந்து மின்னும் கண் எங்கும்
விளையாட்டு பிள்ளைகள் தலையாட்டும்
பொம்மைகள் வரவேண்டும் எல்லோரும் உறவாட இந்நேரம்
பட்டாடை தொட்டாட கட்டாயம் வா

பாடலின் மேலாண்மை அதிகாரம்

நீதியை நிலைநாட்ட வேண்டும், அநீதிக்கு எதிராக பொங்கி எழ வேண்டும், போராட வேண்டும், உண்மையை வாழ வைக்க வேண்டும், ஏழைக்குக் குரல் கொடுக்க வேண்டும் என்று எண்ணம் கொண்டோர் ஏராளம்.

தான் நினைத்ததை முடித்திடும் நாயகனுக்கு.. பல்லவி இது –

Determination, characterized by unwavering focus and perseverance, is a crucial factor in achieving success, as it fuels sustained effort and helps individuals overcome challenges to reach their goals.

19. நெஞ்சமுண்டு நேர்மையுண்டு

குறிலும் நெடிலும் கலந்துதான் வார்த்தைகளும் வாக்கியங்களும் உண்டாகின்றன. வீரமும் காதலும் கலந்துதான் வாழ்க்கை கொண்டாடப்படுகிறது. மலரும் மணமும், நிழலும் நிஜமும், நிலவும் வானும் என்று ஒரு சொல் மற்றொன்றோடு மாறாத தொடர்பு கொண்டுள்ளன. இயற்கை நியதிகள் இவை போலவே - திரைப்படம் என்கிற ஊடகத்தின் வாயிலாகவே மக்களை நேரடியாகச் சென்று சேர்ந்த மாபெரும் நடிகர் எம்.ஜி.ஆர். ஆவார். இவர்தம் படங்களில் பாட்டுக்கள் என்பது முக்கனிச் சுவைபோல என்றைக்கும் தித்திக்கும். இதற்காக பிரத்யேக கவனம் செலுத்தினார் எம்.ஜி.ஆர். என்பதும் உண்மை. தனக்கென்று ஒரு தனியிடம் திரைத்துறையில் கிட்டியபின் மக்களுக்கு என்னென்ன சொல்ல எண்ணினாரோ, அவைகளை தனது பாடல்களின் மூலம் கவிஞர்களை எழுத வைத்தாரோ அல்லது எம்.ஜி.ஆர். அவர்களுக்கு எழுதப்படும் பாடல் என்கிற கவனத்தில் வடிவமைக்கப்பட்டதோ ஒவ்வொரு திரைப்படத்திலும் கொள்கைப் பாடல்கள், தத்துவப் பாடல்கள், காதல் பாடல்கள் என வகைப்படுத்தி அமைத்துத் தந்திருக்கிறார்.

> நெஞ்சம் உண்டு, நேர்மை உண்டு, ஓடுராஜா
> நேரம் வரும் காத்திருந்து பாரு ராஜா
> அடிமையின் உடம்பில் ரத்தம் எதற்கு?
> தினம் அச்சப்பட்ட கோழைக்கு இல்லம் எதற்கு?
> கொடுமையைக் கண்டு கண்டு பயம் எதற்கு?
> நீ கொண்டு வந்தது என்னடா, மீசை முறுக்கு

அத்தகு பாடல்கள் வியத்தகு வண்ணம் தமிழகத்தை உருமாற்றித் தந்திருக்கின்றன என்பதுகூட மிகையில்லை. இன்னும் சொல்லப் போனால் மக்கள் திலகம் - புரட்சித்தலைவராய்க் காலப் பரிணாமம் கொண்டதற்கு, இப்பாடல்களின் பங்கு மிக மிக அதிகம். மேலும், எம்.ஜி.ஆர். அவர்களை அரியணையில் ஏற்றி அமர வைத்தது மட்டுமின்றி அவர் தோற்றுவித்த அரசியல் கட்சிக்கு இன்னும் ஆதார ஸ்ருதியாய் இன்றும் அமைந்தவை இதோ.. இது போன்ற பாடல்களே!

நெஞ்சம் உண்டு.. நேர்மை உண்டு ஓடு ராஜா! இந்த வகைப் பாடல்கள் ஏற்படுத்தியிருக்கும் தாக்கம் எண்ணில் அடங்காதது. தன்னைத்தானே வடிவமைத்துக் கொள்ள ஒவ்வொரு இளைஞனுக்கும் இப்பாடல்கள் வழிகாட்டி என்பதற்கு நானே தகுந்த சாட்சி சொல்வேன்.

'என் அண்ணன்' என்கிற திரைப்படத்தில் கதாநாயகன் எம்.ஜி.ஆர். முதலில் தோன்றும் காட்சி. எழுச்சிமிக்க இப்பாடலை எழுதியவர் நம் கண்ணதாசன். இசையமைத்தவர் கே.வி.மகாதேவன். சமுதாய அவலங்களைத் தட்டிக்கேட்கும் பாத்திரம் ஏற்றவர் பாடும் பாட்டு.

> உண்டு, உண்டு என்று நம்பி காலை எடு
> இங்கு உன்னைவிட்டால் பூமி ஏது கவலை விடு
> இரண்டில் ஒன்று பார்ப்பதற்கு தோளை நிமிர்த்து
> அதில் நீதி உன்னைத் தேடிவரும் மாலைதொடுத்து

கவியரசர் கண்ணதாசன் இல்லத்தில் திரு.காந்தி கண்ணதாசன் அவர்களை ஒரு முறை சந்தித்து உரையாடியபோது, இப்பாடல் பற்றி மேலும் சுவையான தகவல்கள் கிடைத்தன. கவிஞரே... ஒரு முறை இப்பாடல் பற்றி விளக்கம் தந்ததாகக் கூறினார். அதாவது,

ஆப்ரகாம் லிங்கன் குறிப்பிட்ட விஷயம்தான். கூடகோபுரங்கள் ஒரு புறம்! ஏழைக் குடிசைகள் ஒருபுறம்!!

இதே விஷயத்தை இரு வேறு பாடல்களில் கதாநாயகர்களைப் பொருத்தும், கதையினைப் பொறுத்தும் பயன்படுத்தி இருக்கிறேன் என்று சுட்டி,

'என் அண்ணன்' படத்திற்காக எழுதியபோது..

அண்ணாந்து பார்க்கிற மாளிகை கட்டி..
அதனருகே ஓலை குடிசை கட்டி..
பொன்னான உலகென்று பெயரும் வைத்தால்..
இந்த பூமி சிரிக்கும்.. அந்த சாமி சிரிக்கும்!

என்றும் அனுபவி ராஜா அனுபவி திரைப்படத்திற்காக திரு.நாகேஷ் நடிப்பில்..

சீட்டுக்கட்டுக் கணக்காக..
வீட்டைக்கட்டி இருக்காக
வீட்டைக்கட்டி இருந்தாலும் - சிலர்
ரோட்டு மேலே படுக்காக

பாடலின் மேலாண்மை அதிகாரம்

நெஞ்சம் உண்டு.. நேர்மை உண்டு ஓடு ராஜா! இந்த வகைப்பாடல்கள் ஏற்படுத்தியிருக்கும் தாக்கம் எண்ணில் அடங்காதது. தன்னைத்தானே வடிவமைத்துக் கொள்ள ஒவ்வொரு இளைஞனுக்கும் இப்பாடல்கள் வழிகாட்டி என்பதற்கு நானே தகுந்த சாட்சி என்பேன்.

Self-confidence is a crucial factor in personal and professional success, empowering individuals to overcome challenges, pursue opportunities, and achieve greater heights by believing in their abilities and taking calculated risks.

20. ஏமாற்றாதே ஏமாற்றாதே

ஏமாறுபவன் இருக்கும்வரை ஏமாற்றுபவன் இருப்பான் என்பார்கள்! ஏமாற்றம் எத்தனையோ தடுமாற்றங்களை தரக் கூடியது. எத்தனை ஜாக்கிரதையாக இருந்தாலும் ஏமாற்றம் சில நேரங்களில் தவிர்க்க முடியாமல் போகிறது! எத்தனைக் காலம்தான் ஏமாற்றுவார் இந்த நாட்டிலே என்கிற மலைக்கள்ளன் காலத்துப் பாடல் இன்றைக்கும் பொருந்துவதாகவே நாடு இருக்கிறது! உலகம் இருக்கிறது!!

    ஏமாற்றாதே ஏமாற்றாதே ஏமாறாதே ஏமாறாதே
    அந்த இருட்டுக்கும் பார்க்கின்ற விழியிருக்கும் எந்த
    சுவருக்கும் கேட்கின்ற காதிருக்கும்
    சொல்லாமல் கொள்ளாமல் காத்திருக்கும் தக்க
    சமயத்தில் நடந்ததை எடுத்துரைக்கும்

அடிமைப் பெண் திரைப்படத்தில் புரட்சி நடிகர் தானே தயாரித்து உருவாக்கிய பிரம்மாண்டமான வரலாற்றுக் கதையில்.. பாலை வனத்திற்கிடையே நடைபெறும் ஒரு கலைநிகழ்ச்சிக்காக வஞ்சக வலையிலிருந்து மீள்வதற்காக.. வேடமிட்டு நடிக்கின்ற காட்சியில்..

பாடுகின்ற கலைஞனாகவும், நாயகி நடனமாடும் மங்கையாகவும் இணைசேர.. கவிஞர் வாலியின் வரிகளுக்கு திரையிசைத் திலகம் கே.வி.மகாதேவன் அவர்கள் இசையமைத்திருக்கிறார்.

வரிகள் இசைக்காக கோர்க்கப்பட்டிருந்தாலும் காட்சியமைப் பிற்கு ஏற்ப பொருளினைத் தந்தாலும் மனித வாழ்க்கையை முழுமையாகவே பிரதிபலிக்கின்றன. எளிமையான சொற்களைக் கொண்டு இனிமையான பாடல் பிறக்கிறது! உறுதியான அர்த்த புஷ்பங்கள் நமக்காக மலர்கின்றன! எம்.ஜி.ஆர் என்கிற மாபெரும் மக்கள் தலைவனின் உதடுகள் உச்சரிக்கும்போது அந்தச் சொற்களுக்கு மேலும் வலிமை வந்துவிடுகின்றன என்பது மட்டும் சத்தியம்!

அந்த இருட்டுக்கும் பார்க்கின்ற விழியிருக்கும் - எந்த
சுவருக்கும் கேட்கின்ற காதிருக்கும்
சொல்லாமல் கொள்ளாமல் காத்திருக்கும் - தக்க
சமயத்தில் நடந்ததை எடுத்துரைக்கும்

நல்லோர் எண்ணமெல்லாம் எப்படி இருக்க வேண்டும். நீதிக்கும் நேர்மைக்கும் பயந்து தீமை வழியை விடுத்து அன்பிலே நடக்க வேண்டும் என்று வாத்தியார் சொல்லித் தருகிற விஷயங்கள் படத்திற்காக மட்டுமல்ல..

பொது நீதிக்கும் நேர்மைக்கும் பயந்துவிடு - நல்
அன்புக்கும் பண்புக்கும் வளைந்து கொடு
இன்றோடு போகட்டும் திருந்திவிடு உந்தன்
இதயத்தை நேர்வழி திருத்திவிடு

அழகான உவமையைப் பயன்படுத்தி காட்சிக்கு மெருகூட்டி யிருக்கிறார் கவிஞர் வாலி! நமது கவனம் சிதறாமல் நடந்தால் நடப்பது நலமாய் நடக்கும் என்பதையும் நிறைவான வரியாய் தந்து புரட்சித்தலைவர் பாடும்போது நமது கவனம் திரையைத் தவிர வேறெதிலே இருக்க முடியும்?

நிழல் பிரிவதில்லை தன் உடலைவிட்டு - அது
அழிவதில்லை காலடிகள் பட்டு நீ
நடமாடும் பாதையில் கவனம் வைத்தால் - இங்கு
நடப்பது நலமாய் நடந்துவிடும்.

பாடலின் மேலாண்மை அதிகாரம்

ஏமாறுபவன் இருக்கும்வரை ஏமாற்றுபவன் இருப்பான் என்பார்கள்! ஏமாற்றம் எத்தனையோ தடுமாற்றங்களை தரக்கூடியது. எத்தனை ஜாக்கிரதையாக இருந்தாலும் ஏமாற்றம் சில நேரங்களில் தவிர்க்க முடியாமல் போகிறது!

நல்லோர் எண்ணமெல்லாம் எப்படி இருக்க வேண்டும். நீதிக்கும் நேர்மைக்கும் பயந்து தீமை வழியை விடுத்து அன்பிலே நடக்க வேண்டும் என்று சொல்லியிருக்கிற விஷயங்கள் படத்திற்காக மட்டுமல்ல.. வாழ்க்கைக்கும்தான்..

நமது கவனம் சிதறாமல் நடந்தால் நடப்பது நலமாய் நடக்கும் என்பதையும் நினைவில் வையுங்கள்!

"Don't cheat and not be cheated" emphasizes the importance of honesty and integrity in relationships, suggesting that one should strive to be loyal and avoid infidelity, and in turn, expect the same from their partner.

21. என்னதான் நடக்கும் நடக்கட்டுமே

கவியரசர் கண்ணதாசன் எழுதிய 'என்னதான் நடக்கும் நடக்கட்டுமே' என்றும் அழியாத புகழ்பெற்ற திரைப்படப்பாடல். புரட்சித்தலைவர் எம்ஜிஆர் நடித்த 'பணத்தோட்டம்' திரைப்படத் திற்காக எழுதினார். மெல்லிசை மன்னர்கள் எம்.எஸ்.விஸ்வநாதன், டி.கே.ராமமூர்த்தி இசை அமைத்தார்கள்.

கவியரசர் கண்ணதாசன் வார்த்தைகளின் ஒரே ஒரு எழுத்தை மாற்றி, எதுகை மோனைகள் துணையுடன், வார்த்தை ஜாலங்கள் செய்து விளையாடுவதில் வல்லவர்.

கீழ்கண்ட வார்த்தைகளில் என்னமாய் விளையாடியிருக்கிறார்.

> என்னதான் நடக்கும் நடக்கட்டுமே
> இருட்டினில் நீதி மறையட்டுமே
> தன்னாலே வெளிவரும் தயங்காதே
> தலைவன் இருக்கிறான் மயங்காதே
> ஒரு தலைவன் இருக்கிறான் மயங்காதே

தயங்காதே, மயங்காதே, அடிச்சுவடு, அவன்வீடு, விளையாடு, போராடு, திருடர்கள், குருடர்கள், பயந்துவிடு, கலந்துவிடு,

வாழ்ந்துவிடு, பார்த்துவிடு, அன்றே ஒரு தலைவன் இருக்கிறான் என்று கூறியிருக்கிறார். தன்னம்பிக்கைக்கு ஒரு தலைசிறந்த எடுத்துக்காட்டு.

> பின்னாலே தெரிவது அடிச்சுவடு
> முன்னாலே இருப்பது அவன் வீடு
> நடுவினிலே நீ விளையாடு
> நல்லதை நினைத்தே நீ போராடு
> நல்லதை நினைத்தே நீ போராடு

இதோ, புரட்சித்தலைவர் உலக இயல்புகளை நம் கவனத்திற்குள் கொண்டு வந்து நம் வாழ்வின் படிகளை எப்படி கடப்பது என்று வாய்ப்பாடு தருகிறார்.

> உலகத்தில் திருடர்கள் சரி பாதி
> ஊமைகள் குருடர்கள் அதில் பாதி
> கலகத்தில் பிறப்பதுதான் நீதி
> மனம் கலங்காதே மதி மயங்காதே
> மனம் கலங்காதே, மதி மயங்காதே

எந்த நிலையிலும் மனம் கலங்கிடாமல், துணிவாய் எதிர்கொண்டு வாழ்க்கையை வெற்றி கொள்ள வேண்டும் என்று எளிமையான வார்த்தைகளால் நம்பிக்கை வளர்க்கின்ற தலைவர் எங்களுக்கு வாய்த்தது போல் யாருக்கு வாய்க்குமா?

> மனதுக்கு மட்டும் பயந்து விடு
> மானத்தை உடலில் கலந்து விடு
> இருக்கின்ற வரையில் வாழ்ந்து விடு
> இரண்டினில் ஒன்று பார்த்து விடு

மனசாட்சியைத் தவிர வேறெதற்கும் நாம் பயப்பட வேண்டாம். எடுத்துக்கொண்ட செயல் நன்மை பயக்கும் என்றால் துணிவை மட்டும் துணைகொண்டு வெற்றியா தோல்வியா என்பதைக் கண்டு விட வேண்டும் என்கிறார். தனி மனித ஒழுக்கங்களும் நேர்மறை சிந்தனைகளும் ஒவ்வொருவருக்கும் அமைந்துவிட்டால் அந்தச் சமுதாயமே நன்மைகள் பூக்கின்ற சோலையாகிவிடும்!

பாடலின் மேலாண்மை அதிகாரம்

எந்த நிலையிலும் மனம் கலங்கிடாமல், துணிவாய் எதிர்கொண்டு வாழ்க்கையை வெற்றி கொள்ள வேண்டும்.

மனசாட்சியைத் தவிர வேறெதற்கும் நாம் பயப்பட வேண்டாம். எடுத்துக் கொண்ட செயல் நன்மை பயக்கும் என்றால் துணிவை மட்டும் துணை கொண்டு வெற்றியா தோல்வியா என்பதைக் கண்டுவிட வேண்டும்.

In the grand tapestry of life, the experiences you encounter, both pleasant and challenging, shape your journey and character, ultimately contributing to your growth and understanding of the world. To make sound decisions during a crisis, stay calm, gather information, assess the situation, develop a plan, and take decisive action, prioritizing self-care and support.

22. உழைக்கும் கைகளே உருவாக்கும் கைகளே

உழைக்கும் கைகளே உருவாக்கும் கைகளே - உழைக்கும் மக்களின் உரிமைக் குரலாக முழங்கும் பாடல். மே தினத்தில் இப்பாடல் தமிழகத்தில் கேட்காத மூலை முடுக்கில்லை. உழைப்பின் மேன்மை, உயர்வு அதனால் உருவாக்கப்பட்டவை இவை என்று பட்டியலிட்டுக் காட்டுகின்றார்.

    உழைக்கும் கைகளே உருவாக்கும் கைகளே
    உலகை புது முறையில் உண்டாக்கும் கைகளே
    உண்டாக்கும் கைகளே...

உழைப்பதினால் கைகள் செக்கவானம் போல சிவந்திருந்தது என்று குறிப்பிடும் வகையில் புரட்சிக் கவிஞர் பாரதிதாசனின் உள்ளத்தில் பொங்கியிருந்த தமிழ், கண்ணதாசனிடமும் குடி கொண்டிருந்ததைப் பாரீர்!

    ஆற்றுநீரை தேக்கிவைத்து அணைகள் கட்டும் கைகளே
    ஆண்கள் பெண்கள் மானம் காக்க ஆடை தந்த கைகளே
    சேற்றில் ஓடி நாற்று நட்டு களை எடுக்கும் கைகளே
    செக்கர் வானம் போல என்றும்
    சிவந்து நிற்கும் கைகள் எங்கள் கைகளே

உலகை உருவாக்குவதில் உழைக்கும் கைகளுக்கு உள்ள பங்கை ஒவ்வொரு வரியிலும் தக்க உதாரணங்களுடன் வகைப்படுத்த வேர்வைக்கு இன்னொரு பெயராக பச்சை ரத்தம் என்று பதித்துள்ள முத்திரை சத்தியமானது!

உலகை புதுமுறையில் உண்டாக்கும் கைகளையும் - உழைக்கும் மக்களின் ஒற்றுமை பற்றியும், அவர்கள் ஜாதிமத பேதமின்றி ஆடிப் பாடுவதையும் தேவைப்பட்டால் நாட்டிற்காக கருவி ஏந்தி போர் முனைக்கு ஓடுவோம் என்று சொல்லி வீரத்தை நெஞ்சில் விதைக்கிறார்.

தனிப்பிறவி திரைப்படத்திற்காக கவியரசு கண்ணதாசன் எழுதி, திரையில் மக்கள் திலகம் தோன்ற, திரை இசைத் திலகம் கே.வி.மகாதேவன் இசையமைத்த பாடல் டி.எம். சௌந்தரராஜன் குரலில்.

Working class are the roots for any business. Labour force is the vital for any industry. Manpower is the essential & it is the basic source for productivity.

பாடலின் மேலாண்மை அதிகாரம்

உலகை உருவாக்குவதில் உழைக்கும் கைகளுக்கு உள்ள பங்கு எத்தகையது என்பதை நாம் அறிவோம். வேர்வைக்கு இன்னொரு பெயராக பச்சை ரத்தம் என்று பதித்துள்ள முத்திரை சத்தியமானது!

It doesn't require any special skill or training to become an effective, closely involved leader. Rather, all you need is a strong work ethic and dedication to the cause. Progressive business owners recognize that the success of their company rests on their ability to motivate, engage, and inspire employees.

Not only will hands-on business owners be able to make more accurate projections, but they also can discover new ways to improve internal processes.

Business owners who are willing to get their hands dirty will be able to more effectively lead and encourage collaboration. In many ways, the role of an effective leader is that of "facilitator-in-chief." And every manager should strive to build a team that operates in perfect harmony.

23. நாளை உலகை ஆள வேண்டும்.. உழைக்கும் கரங்களே!

கோவை செழியன் அவர்கள் தயாரிப்பில் கே.சி.பிலிம்ஸாரின் உழைக்கும் கரங்கள் திரைப்படம் இயக்குனர் ஸ்ரீதர் இயக்கத்தில்!

எம்.ஜி.ஆர். கதாநாயகனாக.. மெல்லிசை மன்னரின் இன்னிசையில் புலவர் புலமைப்பித்தன் வரைந்த பூபாளமிது!

நாளை உலகை ஆளவேண்டும் உழைக்கும் கரங்களே - இந்த
நாடு முழுதும் மலரவேண்டும் புரட்சி மலர்களே
புரட்சி மலர்களே உழைக்கும் கரங்களே
கடமை செய்வோம் கலங்காமலே உரிமை கேட்போம் தயங்காமலே
வாருங்கள் தோழர்களே ஒன்றாய் வாருங்கள் தோழர்களே

உழைக்கும் மக்களுக்காக வரையப்பட்ட உன்னத சாசனமிது! கே.ஜே.யேசுதாஸ் என்னும் கானப்பறவை தன் கந்தர்வக் குரலில்..

ஏர்பூட்டித் தோளில்வைத்து இல்லாமை வீட்டில் வைத்து
போராடும் காலம் எல்லாம் போனதம்மா
எல்லோர்க்கும் யாவும் உண்டு என்றாகும் காலம் இன்று
நேராகக் கண்ணில் வந்து தோன்றுதம்மா
விடியும் வேளை வரப்போகுது தருமம் தீர்ப்பைத் தரப்போகுது

ஏருழவன் சேற்றில் கால் வைக்கவில்லையென்றால் நாம் சோற்றில் கை வைக்க முடியாது என்பார்கள்!

அவர்தம் ஏழ்மை நிலை நீங்கி.. உருவாக வேண்டிய சமத்துவ சமுதாயம் புலவரின் பொதுவுடைமை நோக்கம் எல்லாம் பாடலின் வரிகளாய்!!

> கல்விக்குச் சாலை உண்டு நூலுக்கு ஆலை உண்டு
> நாட்டுக்குத் தேவையெல்லாம் நாம் தேடலாம்
> தோளுக்கு வீரம் உண்டு தோற்காத ஞானம் உண்டு
> நீதிக்கு நெஞ்சம் உண்டு நாம் வாழலாம்
> சிரிக்கும் ஏழைமுகம் பார்க்கலாம்
> சிந்தும் கண்ணீர்தனை மாற்றலாம்
> வாருங்கள் தோழர்களே ஒன்றாய் சேருங்கள் தோழர்களே

Working class should be given with suitable payments. Otherwise strikes, revolution etc., would arise. All their reasonable demands should be fulfilled. Co-operation & confidence in their unity certainly fetch more & more.

பாடலின் மேலாண்மை அதிகாரம்

புரட்சிக் குவித்திடும் போராட்டங்கள்! அப்போராட்டங்கள் உருவாகக் காரணம் ஏற்றத்தாழ்வுகள்! கூடி வாழ்ந்தால் கோடி நன்மை என்பதை நாட்டுக்கு உணர்த்தும் கூட்டுறவு சங்கங்கள்! நாளைய விடியல் நம்பிக்கையின் வெளிச்சத்தோடு வெளிவரட்டும்!

"Joining hands" often symbolizes unity, collaboration, and working together to achieve a common goal, and the phrase "Joining hands make the world" emphasizes the power of collective action to create positive change and a better future. People can join hands to fight for social justice, promote equality, or end discrimination. Nations can join hands to address global challenges like climate change, poverty, and disease.

24. நாலு பேருக்கு நன்றி

ஊர்கூடித் தேரிழுக்கும்போது உருவாகும் ஒற்றுமையே பெரிதாகும். இது அந்தத் தேரிலுள்ள தெய்வத்திற்கும் தெரியும். நமக்கென்று வரும்போது நான்கு பேர்களாவது வேண்டும் என்பார்கள். நல்லதற்கும் கெட்டதற்கும் உடனிருக்க ஒரு நாலு பேர்களாவது வேண்டும் என்பது நடைமுறையில் உருவானது.

பிறப்பிலாவது பெற்றார், உற்றார் துணையிருப்பார் என்பது உத்தர வாதம் உள்ளது. இறப்பிலோ, எங்கோ எப்படி? யாருக்குத் தெரியும்? வாழும் வாழ்க்கையின் அளவுகோலே அந்தக் கடைசி ஊர்வலத்தில் எத்தனை பேர் கலந்து கொண்டார்கள் என்பதிலே அடங்கியுள்ளது என்பார்கள். மறைக்க முடியாத கணக்கு இது!

  உள்ளத்தில் இருப்பதெல்லாம்..
  சொல்ல ஓர் வார்த்தையில்லை..
  நான் ஊமையாய் பிறக்கவில்லை..
  உணர்ச்சியோ மறையவில்லை..
  என் தங்கமே உனது மேனி..
  தாங்கி நான் சுமந்து செல்ல..

> எனக்கொரு பந்தமில்லை
> எவருக்கோ இறைவன் தந்தான்
> அந்த நாலு பேருக்கு நன்றி
> நாலு பேருக்குநன்றி
> அந்த நாலு பேருக்குநன்றி
> தாய் இல்லாத அனாதைக்கெல்லாம்
> தோள் கொடுத்து தூக்கி செல்லும்
> நாலு பேருக்கு நன்றி

வாழும்போது மனிதனைச் சுற்றி ஆயிரம் பேர் இருக்கலாம். ஆனால் மனிதனைச் சுமந்து போகும்போது நான்கு பேர் வேண்டுமல்லவா? நாலு பேருக்கு நன்மை என்றால் எதுவும் செய்யலாம் என்பது நாயகன் திரைப்படத்தில் நாயகன் கமல்ஹாசன் பேசும் வசனமாய் தந்துள்ளார் சுஜாதா அவர்கள்.

பேரறிஞர் அண்ணா, பெருந்தலைவர் காமராஜ், தந்தை பெரியார், மக்கள் திலகம் எம்.ஜி.ஆர் போன்ற தலைவர்களின் மறைவின்போது தலைநகர் சென்னை குலுங்கியதே! மக்கள் வெள்ளம் ஒரு துயர நதி யாய் கரை புரண்டதே! மக்கள்.. மக்கள் என்று மக்களுக்காகவே வாழ்ந்த தலைவர்கள் மரணத்திற்குப் பிறகும் புகழ் உலகில் வாழ் கிறார்கள் என்பதற்கு அது சத்திய சாட்சி!!

ஜனனத்திற்கும் மரணத்திற்கும் இடையே வாழும் மனிதனே.. நீ என்ன சாதிக்கிறாய்? உன்னைச் சார்ந்தவர்களுக்கு என்ன உதவி செய்தாய் - என்று பல கேள்விகளுக்குப் பதில் கிடைப்பது மரண ஊர்வலத்தில்தான்! பொது வாழ்வு தவிர, தனி வாழ்க்கை என்று எடுத்துக் கொண்டாலும் உற்றார், உறவினர் சுற்றம் எனச் சூழும் அத்தனை பேரில் உன்மீது பற்று வைத்தவர்கள், பாசம் வைத்தவர்கள் - இந்தக் கணக்கெல்லாம் அம்பலமாகும் தருணமல்லவா?

> உறவு என்றும் பாசம் என்றும்
> இறைவன் பூட்டிய விலங்கு
> அழுவதற்கும் சிரிப்பதற்கும்
> அமைத்த உள்ளம் ஒன்று
> ஆற்று வெள்ளம் தானே ஓடும்

ஆசை வெள்ளம் சொந்தம் தேடும்
சொந்தம் ஏதும் இல்லை என்றால்
அந்த நேரம் நால்வர் வேண்டும்
நாலு பேருக்கு நன்றி

'சங்கே முழங்கு' என்கிற திரைப்படத்திற்காக கவியரசு கண்ணதாசன் எழுதி மெல்லிசை மன்னர் எம்.எஸ்.விஸ்வநாதன் இசையமைத்த பாடலிது. டி.எம்.சௌந்திரராஜன் பாடியிருக்க கதாநாயகனாக மக்கள் திலகம் எம்.ஜி.ஆர் திரையில் தோன்றும் இப்பாடல் சூழ்நிலையின் காரணமாக - இரயிலில் பயணம் செய்யும்போது தன்னைப் பெற்ற தாயின் சடலத்தை நான்கு பேர் சுமந்து போவதாக காட்சியமைப்பில்.. கதாநாயகன் கண்ணீர் சுமக்கிறான். அந்த நாலு பேருக்கு நன்றி சொல்கிறான்.

இன்பத்தையே பங்கு வைத்தால்
புன்னகை சொல்வது நன்றி
துன்பத்திலே துணை வந்தால்
கண்ணீர் சொல்வது நன்றி
வாழும்போது வருவோர்கெல்லாம்
வார்த்தையாலே நன்றி சொல்வோம்
வார்த்தை இன்றி போகும்போது
மௌனத்தாலே நன்றி சொல்வோம்
நாலு பேருக்கு நன்றி

கவிஞர்கள் யாரும் அவ்வளவு சீக்கிரத்தில் தான் எழுதியதை மாற்ற மாட்டார்கள். ஆனால் அதை மாபெரும் கவியரசர் இயைந்து மாற்றினார் என்றால் அவரது பெருந்தன்மைக்கு அளவில்லை..!

இப்பாடலில் வரும் கடைசி சரணத்தை கவியரசர் பின்வருமாறு எழுதியிருந்தார்.

'வாழும் போது வருவோர்க்கெல்லாம்
வார்த்தையாலே நன்றி சொல்வோம்.
போகும் போது வார்த்தை இல்லை...
போகும் முன்னே சொல்லி வைப்போம்..!

இந்த கடைசி இரு வரிகளை மட்டும் மாற்றிக் கொடுத்தால் நன்றாக இருக்குமே என்று எம்.ஜி.ஆர் விரும்பினார். அதைக் கண்ணதாசனிடமும் தெரிவித்தார். சரி... மாற்றித் தருகிறேன் என்று சொன்ன கவியரசர்,

'வாழும் போது வருவோர்க்கெல்லாம்
வார்த்தையாலே நன்றி சொல்வோம்.
வார்த்தை இன்றிப் போகும் போது...
மௌனத்தாலே நன்றி சொல்வோம்..!'

இதைப் பார்த்த பிறகுதான் எம்.ஜி.ஆருடைய முகத்தில் திருப்திப் புன்னகை பரவியது. காரணம் என்னவெனில் தனது பாடல்களில் வலிமை மிகு எதிர்மறையான வார்த்தைகள் இடம்பெறக் கூடாது என்பதில் மக்கள் திலகம் உறுதியாக இருந்ததுதான்.

பாடலின் மேலாண்மை அதிகாரம்

வாழும் வாழ்க்கையின் அளவுகோலே அந்தக் கடைசி ஊர்வலத்தில் எத்தனை பேர் கலந்து கொண்டார்கள் என்பதிலே அடங்கியுள்ளது என்பார்கள். மறைக்க முடியாத கணக்கு இது!!

ஜனனத்திற்கும் மரணத்திற்கும் இடையே வாழும் மனிதனே.. நீ என்ன சாதிக்கிறாய்? உன்னைச் சார்ந்தவர்களுக்கு என்ன உதவி செய்தாய்? என்று பல கேள்விகளுக்குப் பதில் கிடைப்பது மரண ஊர்வலத்தில்தான்!

It's about understanding the role we play in helping our employees answer the question about what they see as being the meaning of life. The meaning of life pertains to the inherent significance or philosophical meaning of living or existence in general.

25. நான் யார் நான் யார்

புலவர் புலமைப்பித்தன் - நான் கால் வைத்த இடமெல்லாம் தன் கை வைத்து என்னை உயர்த்தியவன்... யார்?

புலவர் புலமைப்பித்தன் அவர்கள் இல்லத்திற்கு நண்பர்கள் புடை சூழ செல்வதும் அவருடன் உரையாடி மகிழ்வதும் கவியரசு கண்ணதாசன் தமிழ்ச்சங்கம் தொடங்கிய நாட்களில் வழக்கம்!! அவ்வகையில் அவர் இல்லம் சென்ற ஒரு நாளில் அவர்தம் வரவேற் பறையில் அமர்வதற்கு இருக்கைகள் இருந்தபோதும் அவர் ஒரு சிம்மாசனத்தில் அமர்ந்தபின் நாங்கள் எல்லாம் தரையில் அமர்ந் தோம்! ஏன்? எல்லோரும் இருக்கையிலே அமருங்கள் என்றார்.

இல்லை ஐயா! நீங்கள் தரும் தமிழருவி இன்பத்தைத் தரையில் இருந்து பருக விரும்புகிறோம் என்றோம்!! அப்போது புரட்சித் தலைவர் பற்றி அவர் பகிர்ந்த ஒரு விஷயம் மிகமிக சுவாரஸ்ய மானது! சுவையானது!!! எம்.ஜி.ஆர் என்னும் சகாப்தத்தில் இன்னும் எத்தனை பக்கங்கள் என்கிற கேள்வியை எழ வைக்கக்கூடியது!

ஆம்! சைதை மாந்தோப்பு பள்ளியில் தமிழ் வாத்தியாராகப் பணி புரிந்து வந்த புலவர் புலமைப்பித்தன் அவர்களை நான் யார்... நான்

யார்... என்கிற பாடல் வழியே திரையுலகிற்கு அறிமுகம் செய்து வைத்த புரட்சித்தலைவர் - புலவரின் தமிழுக்குத் தலைவணங்கி அவருக்குத் தான் நடிக்கும் திரைப்படங்களில் வாய்ப்பு தந்து வந்தது வழக்கமானது! அவற்றைத் தாண்டி தமிழ்நாடு அரசின் சட்டமன்ற மேல் சபையின் உறுப்பினராய் பொறுப்பேற்கச் சொன்னார் எம்.ஜி.ஆர்.

அந்தப் பதவியின்போது கன்னிப்பேச்சு வழங்கினார் புலவர் புலமைப்பித்தன். அச்சமயம் தன் வாழ்க்கையை உயர்த்தி வைத்த வள்ளலுக்கு வாயாரப் புகழுரைகள் சாற்றிட எண்ணியிருந்தார். தமிழகத்தின் முதலமைச்சராய் பொறுப்பேற்றிருந்த எம்.ஜி.ஆர். அவர்கள் புலவரின் கன்னிப் பேச்சை நேரடியாய் பங்கேற்று சிறப்பிக்க விரும்பினாலும் புலவரின் உணர்ச்சிப் பெருக்கில் வார்த்தைகள் இடம் பெயரும் என்பதை உணர்ந்து தனது அறையில் பிரத்யேக ஏற்பாட்டின்படி புலமைப்பித்தனின் பதவியேற்பையும் அவர்தம் கன்னிப்பேச்சையும் கேட்டார்.

வருவார் வள்ளல் என்று காத்திருந்த புலவர் கடைசி நேரத்தில் மத்திய அரசிடம் தொலைபேசியில் தலைவர் அவசரப் பணியில் இருப்பதாகச் செய்தியறிந்து தனது முதல் உரையை சட்டமன்ற மேலவையில் வழங்கினார்.

புலமையும் திறமையும் இணைந்திருந்த புலமைப்பித்தன் தன் நன்றியறிதலை புகழ்வாய்ந்த தமிழ்நாடு சட்டமன்றத்தில் - மேலவை யில் ஆற்றிய உரை உணர்வுப் பூர்வமானது!! உள்ளபூர்வமானது! புரட்சித் தலைவரைப் பற்றி என்ன சொல்லலாம் - தாய் என்பதா? தந்தை என்பதா? வழிகாட்டி என்பதா? நண்பர் என்பதா? உற்றதொரு துணைவர் என்பதா? உள்ளம் தழுதழுக்க - ஒரு வழியாக புதிய பாணியில் அவர் சொன்ன வரி இதோ...

நான் கால் வைத்த இடமெல்லாம்
தன் கை வைத்து என்னை உயர்த்தியவன்

நன்றியை இதை விடவா எடுத்துரைக்க முடியும்? நற்றமிழ் துணை புரிய புத்தம் புதிய வார்த்தைப் பதங்களை பொருத்தமாய் பதித்த தமிழ்ப் புலவனின் கன்னியுரை மக்கள் திலகத்தின் கண்களில் ஒரு சிலத் துளிகளை வரவேற்றிருக்குமே!

குடியிருந்த கோயிலுக்காக திரைப்பாடல் எழுத முதன் முதலில் புலவருக்கு வாய்ப்பு வழங்கப்பட இரட்டை வேடங்களில் எம்.ஜி.ஆர் அதில் மனநிலை பாதித்த பாத்திரம் ஏற்றிருந்த கதா நாயகன் பாடுவதாக அமையும் பாடல்! முதல் பாடலே முற்றிலும் புதிய சூழலுக்காக எழுதப்பட வேண்டியிருந்தது. அதையும் சவாலாக ஏற்று தத்துவ முத்திரைகள் பதித்திட புரட்சித் தலைவருக்கு மிகவும் பிடித்துப் போனது! அரிய கருத்துக்களை அள்ளி வழங்கி புதிய திரைப்படப் பாடலாசிரியரின் வருகையைப் பதிவு செய்த பாடலாகவும் அமைந்தது!

> நான் யார் நான் யார் நீ யார்
> நான் யார் நான் யார் நீ யார்
> நான் யார் நான் யார் நீ யார்
> நாலும் தெரிந்தவர் யார் யார்

'நான் யார்' என்கிற பாடல் எழுதிய பின்தான் எம்.ஜி.ஆர். அவர்களுக்கு நான் யார் என்று தெரிந்தது என்று குறிப்பிடுவார் புலவர் புலமைப்பித்தன்.

பாடலின் மேலாண்மை அதிகாரம்

தத்துவ முத்திரைகளும், தார்மீக வாதங்களும் இணைந்து உருவான இப்பாடலில் அரிய கருத்துக்கள் அள்ளி வழங்கப்பட்டுள்ளன.

Have you ever asked yourself, 'Who am I really?' Am I a father, a husband, a friend, an engineer, a passenger or a patient? The truth is that you are a father because you have a son. You are a husband because you have a wife. A passenger because you are on a train. So all your identities, everything you believe yourself to be, are all dependent on something else. So then, who are you? A father, a husband or a passenger?

By not knowing the answer to the question, 'Who am I?', you keep on creating new identities of yourself, consequently going farther away from your true Self. All the suffering in life is because of not knowing your true identity. Until you realize your true Self, you believe yourself to be the name that has been given to you.

26. திருடாதே... பாப்பா திருடாதே...

இத்திரைப்பாடலின் வரிகளை இரண்டடியாக எடுத்து வைத்துப் பார்த்தேன். ஏதோ திருக்குறள் போலவே தோன்றின.

எம்.ஜி.ஆர் அவர்கள் தனது ஒவ்வொரு படத்திலும் கொள்கைப் பாடல் ஒன்றை இடம் பெறச் செய்யும் கொள்கையுடன் வாழ்ந்தார். ஒவ்வொரு திரைப்படத்திலும் சமுதாயத்திற்குத் தேவையான கருத்துக்களை உள்ளடக்கிய பாடல்கள் புனையப்பட்டிருக்கின்றன. பட்டுக்கோட்டையார் எழுதிய பாட்டு இது என்பதிலும் பட்ட வர்த்தனமாய்த் தெரிய, பாடுபொருள் - எதுவென்றாலும் அதைப் பக்குவமாய் சொல்லத் தெரிந்த வித்தகராய்க் காட்சியளிக்கிறார்.

உளவியல் மருத்துவம் கற்றவர்போல் எவரது மனமும் நோகாத வண்ணம் வார்த்தைகளை வழங்கியிருப்பதும் - மக்கள் திலகத்தின் இயல்பான நடிப்பும் டி.எம்.சௌந்திரராஜன் அவர்களின் இதமான குரலும் எஸ்.எம்.சுப்பையா நாயுடு இசையமைப்பும் ஏ.எல்.எஸ் புரொடக்ஷன்ஸாரின் 'திருடாதே' திரைப்படத்தின் வெற்றிக்கு வித்து என்றால் அது மிகையில்லை!

திருடாதே... பாப்பா திருடாதே...
திருடாதே... பாப்பா திருடாதே...
வறுமை நிலைக்கு பயந்து விடாதே
திறமை இருக்கு மறந்து விடாதே   (திருடாதே)

தமிழகத்தின் பட்டிதொட்டி எல்லாம் அன்றும் இன்றும் என்றும் பவனி வருகிற பாட்டு! சாசனம் எழுதியதுபோல், வரிகள் அமைந் திருப்பதும் மக்கள் மனதில் பதிப்பித்திருப்பதும் - ஏதோ திரைப் பாடலிது என்று விட்டுவிட முடியாமல் நாளை தலைமுறைகளுக்கும் நாம் எடுத்துக் கொள்ள வேண்டிய பாடலாய்.. கேளுங்கள்.

திட்டம் போட்டு திருடுற கூட்டம்
திருடிக் கொண்டே இருக்குது...
அதை சட்டம் போட்டு தடுக்கிற கூட்டம்
தடுத்துக் கொண்டேஇருக்குது...
திருடராய் பார்த்து திருந்தாவிட்டால்
திருட்டை ஒழிக்க முடியாது

சாசனத்தின் கல்வெட்டு மனத்திலும் வெட்டப்பட்டிருக்கிறதே..

சிந்தித்து பார்த்து செய்கையை மாத்து
சிறுசாய் இருக்கையில் திருத்திக்கோ
தவறு சிறுசாய் இருக்கையில் திருத்திக்கோ
தெரிஞ்சும் தெரியாம நடந்திருந்தா
அது திரும்பவும் வராம பாத்துக்கோ

இங்கே பேசுகிறது ஒரு தாய் மனசு! ஆதரவாக அரவணைப்புடன்!!

கொடுக்குற காலம் நெருங்குவதால்
இனி எடுக்குற அவசியம் இருக்காது
இருக்கிறதெல்லாம் பொதுவாய் போனா...
பதுக்குற வேலையும் இருக்காது
ஒதுக்குற வேலையும் இருக்காது...

உழைக்கிற நோக்கம் உறுதி ஆயிட்டா&
கெடுக்குற நோக்கம் வளராது
மனம் கீழும் மேலும் புரளாது (திருடாதே)

பட்டுக்கோட்டையாரின் பாடல் இது என்பதை சொல்லவும் வேண்டுமோ? பொதுவுடமை தத்துவத்தின் ஜீவநாடியை இவர்தம் ஒவ்வொரு வரியிலும் காணலாம்! மக்கள் திலகத்தின் நோக்கமும் அஃதேயன்றி வேறென்ன? ஏழைகள் வாழ்வில் ஏற்றம் பெற வேண்டும் என்கிற சிந்தனையைத்தான் தன் வாழ்நாள் முழுவதும் கொண்டிருந்தார்!

பாடலின் மேலாண்மை அதிகாரம்

உளவியல் மருத்துவம் கற்றவர்போல் எவரது மனமும் நோகாத வண்ணம் வார்த்தைகளை வழங்கியிருப்பதும் இதோ :

வறுமை நிலைக்கு பயந்து விடாதே
திறமை இருக்கு மறந்து விடாதே

சாசனம் எழுதியதுபோல், வரிகள் அமைந்திருப்பதும் மக்கள் மனதில் பதிப்பித்திருப்பதும் - ஏதோ திரைப்பாடலிது என்று விட்டுவிட முடியாமல் நாளை தலைமுறைகளுக்கும் நாம் எடுத்துக் கொள்ள வேண்டிய பாடலாய்...

இங்கே பேசுகிறது ஒரு தாய் மனசு ! ஆதரவாக அரவணைப்புடன் !!

"Don't steal, little one, don't steal" t is a simple, direct command or warning against stealing, often used in a parental or caring tone.

27. எங்கே போய்விடும் காலம் அது

புரட்சித்தலைவர் படங்களுக்கு பெரும்பான்மையான பாடல்கள் இயற்றியவர் கவியரசு கண்ணதாசனா அல்லது காவியக்கவிஞர் வாலியா என்கிற வினா முழுமையாக ஆராய்ச்சி செய்யப்பட வேண்டிய ஒன்று! கருப்பு வெள்ளைத் திரைப்படங்கள் வந்த காலங்களில் கண்ணதாசன் பாடல்கள் அதிகமாக எம்.ஜி.ஆருக்கு எழுதியுள்ளதும்.. வண்ணத்திரைப்படங்கள் வந்த காலங்களில் கவிஞர் வாலி அவர்களது பாடல்கள் அதிகம் என்றும் நாம் அறிகிறோம்.

அரசியல் காரணங்களால் அடிக்கடி எம்.ஜி.ஆர். அவர்களுக்கும் கவியரசு கண்ணதாசன் அவர்களுக்கும் கொள்கை ரீதியான உராய்வுகள் ஏற்பட அனேகமாக அந்நேரங்களில் கவிஞர் வாலி அவர்களே பாடல்கள் எழுதிய வரலாறும் உண்டு. தனது திரையுலக நண்பர்களோடு எப்போதும் நட்பு பாராட்டும் எம்.ஜி.ஆர். அவர்களின் தனிப்பட்ட வாழ்க்கையிலும், வளர்ச்சியிலும் அக்கறை கொண்டு திகழ்ந்தார். அப்படி.. கவிஞர் வாலி அவர்கள் ஒரு முறை தனக்கு அவசரமாக பணம் தேவைப்பட்டபோது.. ஏ.வி.எம்.

மெய்யப்பச் செட்டியாரிடம் (அவர்தம் நிறுவனத்தில்) ரூ.5000 பெற்றுக் கொண்டு அதற்கான காரணமாக பெண் பார்ப்பதற்காக பம்பாய் செல்கிறேன் என்று சொல்ல அன்றைய மாலைப் பத்திரிக்கை மாலை முரசில் கவிஞர் வாலி பெண் பார்க்க பம்பாய் பயணம் என்று செய்தி வெளியானது.

ஆனால், உண்மையில் கவிஞர் வாலி சென்னையில்தான் இருந்தார். இன்னும் சில நாட்களில், தான் விரும்பிய திலகம் என்கிற நாடக நடிகையைத் திருமணம் செய்து கொண்டார். எம்.ஜி.ஆர். அவர்கள் வாலி அவர்களின் நலம் விரும்பியாக உனது திருமணத்தை நான்தான் நடத்தி வைப்பேன் என்றதும் ஒரு பக்கமிருக்க.. அவசர திருமணத்தை அவர் எம்.ஜி.ஆரிடம் சொல்லவில்லை. இதனால் கோபமுற்ற எம்.ஜி.ஆர். கவிஞர் வாலி அவர்களை சில காலம் பாடல் எழுதிட அழைக்காமல் இருந்தார். திருமதி வாலி அவர்களும் கவிஞர் வாலியிடம் நீங்கள் சென்று சின்னவரைப் பார்த்துவிட்டு வாருங்கள் என்று நினைவூட்ட கவிஞர் வாலி பார்க்கலாம் என்றிருந்தார்.

'தாழம்பூ' என்கிற திரைப்படம் முதற்கட்டத்திலிருந்தபோது.. தயாரிப்பாளர்கள் கவிஞர் வாலி அவர்கள் பாடல் எழுதிட அழைக்கலாமா என்று எம்.ஜி.ஆரிடம் வினவ.. தானே அழைத்தார். நாளை காலை என்னோடு சிற்றுண்டி அருந்த வாருங்கள் என்று வாலி அவர்களை. அப்படியே வாலியும் எம்.ஜி.ஆரின் அழைப்பை ஏற்றுச் சென்றார்.

இதுபோல் தாழம்பூ என்கிற திரைப்படத்திற்கு பாடல் எழுத வேண்டும் என்றார். என்ன எழுதுவீர்கள் என்று எம்.ஜி.ஆர். கேட்க, என்ன சிட்டுவேஷன், என்ன கதை என்று வாலி கேட்க அதெல்லாம் இருக்கட்டும், எம்.ஜி.ஆர் படம்.. பாட்டு.. நீங்கள் என்ன எழுது வீர்கள் என்றபோது.. தோன்றிய வரிதான்..

எங்கே போய்விடும் காலம் அது என்னையும் வாழ வைக்கும்.. (அட.. எம்.ஜி.ஆருக்கும் வாலிக்கும் இணையாகப் பொருந்த) புதிய பாடல் பிறந்தது!

எங்கே போய்விடும் காலம்
அது என்னையும் வாழவைக்கும்
நீ இதயத்தைத் திறந்து வைத்தால்
அது உன்னையும் வாழவைக்கும்

உள்ளதைச் சொல்லி நல்லதைச் செய்து
வருவதை வரட்டும் என்றிருப்போம்
கண்ணீர் எல்லாம் புன்னகையாகும்
கடமையின் வழியே நின்றிருப்போம்.

ஒரு சில பேர்கள் ஒரு சில நாட்கள்
உண்மையின் கண்களை மூடி வைப்பார்
பொறுத்தவர் எல்லாம் பொங்கி எழுந்தே
மூடிய கண்களை திறந்து வைப்பார்

கால்கள் இருக்க கைகள் இருக்க
கவலைகள் நம்மை என்ன செய்யும்?
உழைப்பது ஒன்றேசெயல் எனக்கொண்டால்
நடப்பது நலமாய் நடந்து விடும்

பாடலின் மேலாண்மை அதிகாரம்

காலம் எதற்கும் விடை கொடுப்பதில்லை..நீயே விடையை கண்டுபிடி என்று நேரம் கொடுக்கிறது.

அப்படிப்பட்ட காலத்தை (நேரத்தை) எங்கே போய் விடும் என்று கேள்வி கேட்டு, அது என்னையும் வாழவைக்கும் என்கிற நம்பிக்கையையும் உள்ளத்தில் கொள்ள வேண்டும்.

The eyes of Truth can't be closed ever. While we have legs and hands, what will worries do to us?

28. வேட்டையாடு விளையாடு

சத்யராஜா பிலிம்ஸாரின் தயாரிப்பில் அரசகட்டளை.. மக்கள் திலகம், ஜெயலலிதா, சரோஜாதேவி ஆகியோர் இணைந்து நடிக்க, கே.வி.மகாதேவன் இசையில், டி.எம்.சௌந்திரராஜன், பி.சுசீலா குரல்களில் முற்றிலும் வித்தியாசமான சூழலில் கதையோட்டத்தை உள்வாங்கிக் கருத்துப் புதையலை வழங்கிய கவிஞர் ஆலங்குடி சோமு அவர்கள் எழுதிய பாடல்!

வேட்டையாடு விளையாடு
விருப்பம் போல உறவாடு
வீரமாக நடையை போடு -
நீ வெற்றி எனும் கடலில் ஆடு

இலட்சியத்தை நோக்கிய பயணத்தில் சந்திக்கும் கதையின் நாயகி - நாயகனின் எழுச்சியையும், வீரத்தையும் அறிந்து இணைய புதுமை யின் புறப்பாடு - இந்தப் பாடல்! மக்கள் திலகம் இத்திரைப்படத்தில் அணிந்து வரும் தலைப்பாகையும், அதன் வடிவமைப்பும் இன்றும் மனக்கண்களில் மறக்கவொண்ணாமல் காட்சி தருகிறது!

> குறும்புக்கார வெள்ளாடே
> கொடியை வளச்சித் தள்ளாதே
> பொறுமையில்லா மனிதரைப் போல்
> புத்தியைக் கெடுத்துக் கொள்ளாதே
> அருகினிலே தழையிருக்க ஆகாயத்தில் தாவாதே
> தருமத்தையே மறந்து உந்தன்
> துணிவைக் காட்ட எண்ணாதே
> வேட்டையாடு விளையாடு விருப்பம் போல உறவாடு
> வீரமாக நடையை போடு -

எந்தப் படத்திலும் கொள்கைக்காக குரல் கொடுக்கும் புரட்சித் தலைவருக்கு இதுபோன்ற பாடல்கள் அவரின் வெற்றிச் சரித்திரத் திற்கு அடித்தளம் அமைத்த படிக்கட்டுக்கள் என்றால் ஒரு துளியும் மிகையில்லை!

சர்வாதிகாரத்தை எதிர்த்து எழுப்பப்படும் ஜனநாயகக் குரலின் ஏகப்பிரதிநிதியாய் கதையின் நாயகன் அடிமைத் தளையறுத்து, சுதந்திரநீர் பாய்ச்ச வெற்றிப்படை நடத்தும் வீர விளையாட்டாய்ச் செல்லும் திரைக்கதைக்கு விறுவிறுப்பூட்ட அர்த்தபுஷ்டியான வார்த்தைகளை வார்த்துத் தந்திருக்கிறார் கவிஞர் ஆலங்குடி சோமு அவர்கள்!

> நேர்மை உள்ளத்திலே நீந்தும் எண்ணத்திலே
> தீமை வந்ததில்லை தெரிந்தால் துன்பமில்லை
> தேவை அங்கிருக்கு தீனி இங்கிருக்கு
> செம்மறியாடே நீ சிரமப்படாதே
> வேட்டையாடு விளையாடு விருப்பம்போல உறவாடு
> வீரமாக நடையை போடு -

இயற்கை எழில் கொஞ்சும் அருவிக்கரையோரம் அடர்ந்த காடுகள் நிறைந்த பின்னணியில் இசையோடு தவழ்ந்து வரும் இனிய பாடலாய் நம் இதயம் தொடுகிறது! இன்பம் மலர்கிறது! அரச கட்டளைக்காக இதோ புரட்சியின் பூச்சொரியல்!

> பெண்மை சிரிக்குது அது பேசத் துடிக்குது
> நன்மை செய்வதே என் கடமையாகும்

நன்றி சொல்வதே என் கண்ணியமாகும்
நட்பை வளர்ப்பதே என் லட்சியமாகும்
வேட்டையாடு விளையாடு விருப்பம்போல உறவாடு
வீரமாக நடையை போடு -

பாத்திரங்களை விளக்கும்படியான பாடல்கள் என்றுமே திரைப் படத்தின் வெற்றிக்கு காரணமாக அமையும். அவ்வகையில் இது வெற்றிப்பாடல்!

அதே நேரம் புரட்சித்தலைவர் என்கிற வரலாறு ஒவ்வொரு திரைப் படத்தில் இடம்பெற்ற கொள்கைப் பாடல்கள் மூலமும் வளர்ந்து கொண்டே வந்திருக்கிறது என்பது சத்தியச் சான்று! எம்.ஜி.ஆர். இன்றும் ரசிகர்களின் நெஞ்சங்களில் கோலலோச்சுகிறார் என்றால் அதற்கான ஆதாரமும், அச்சாரமும் அவர்தம் கொள்கைப் பாடல் களே என்பதை எவர் மறுக்க முடியும்?

குறும்பையாடே முந்தாதே
குள்ள நரியை நம்பாதே
கூடி வாழத் தெரிஞ்சுக்கோ
குணத்தைப் போற்றி நடந்துக்கோ
விரிஞ்சு கிடக்கும் பூமியிலே
இனத்தைத் தேடி சேர்ந்துக்கோ

பாடலின் மேலாண்மை அதிகாரம்

இலட்சியத்தை நோக்கிய பயணத்தில் எழுச்சியையும், வீரத்தையும் அறிந்து இணைய புதுமையின் புறப்பாடு!

Advising us through a goat. Don't spoil your intelligence like an impatient man. When the resources available in plenty, don't throng for it outside. Forget about charity and don't try to show your courage. Hunt, play, relate as you wish, walk bravely - Swim in the sea of victory.

29. அதோ அந்தப் பறவைபோல வாழ வேண்டும்

கோடிமக்கள் சேர்ந்துவாழ வேண்டும் விடுதலை
கோயில்போல நாடு காணவேண்டும் விடுதலை
அச்சமின்றி ஆடிப்பாட வேண்டும் விடுதலை
அடிமை வாழும் பூமியெங்கும் வேண்டும் விடுதலை

அதோ அந்த பறவை போல வாழ வேண்டும்... மக்கள் திலகத்திற்கு மகுடம் சூட்டிய படங்களில் மகோன்னத படைப்பு - ஆயிரத்தில் ஒருவன். விஸ்வநாதன் - ராமமூர்த்தி இருவரும் இணைந்து வழங்கிய இசைச் சரித்திரத்தில் கடைசிப் பதிவு என்றும் இப்படம் அறியப் பட்டது. திரு. பி.ஆர். பந்துலு அவர்களின் இயக்கத்தில் மாபெரும் சரித்திரப் படமாக எடுக்கப்பட்ட இத்திரைப்படத்தில் பாடல்கள் Record Break! இன்றுவரை மட்டும் அல்ல.. என்றைக்கும் கேட்டு இன்புறத் தக்கவை!!

பாடல்களை பெரும்பாலும் கவிஞர் வாலி வழங்கியிருக்க மூன்று பாடல்களை கவிஞர் கண்ணதாசன் அவர்களும் இயற்றியதாக அறிகிறோம்.

இப்படத்தில் இடம்பெற்ற ஒரு பாடல் உருவான கதை ருசிகர மானது. அதுவும் முக்கியமான ஒரு கட்டத்தில் கிடைத்த வெற்றியைக் கொண்டாடும் விதமாக.. கடலில் சென்று கொண்டி ருக்கும் கப்பலின் மேல் தளத்திலிருந்தபடி கதாநாயகன் தோழர் களுடன் கூடி உற்சாகமாய் பாடுவதாக அமைய வேண்டும் என்ற இயக்குனரின் தேவைக்கேற்ப அந்த உற்சாக அலைகளை பிரதி பலிக்கும் வரிகளாய் பாடல் அமையாமல், கவிஞர் கண்ணதாசனிடம் தொலைபேசி வாயிலாக.. சூழலை விளக்கி, அதற்கு அவர் உடனடி யாக தொலைபேசியிலேயே வழங்கிய பாடல் இது என்பது இனிய செய்தியாகும்.

பாடலைப் பெற்று இசையமைப்பாளர்களிடம் கொடுத்த பின் கவிஞரிடம் கேட்ட கேள்வி ஒன்று - எப்படி இப்படி சட்டென்று ஒரு பொருத்தமான பல்லவி கருவானது? கவிஞர் சொன்ன பதிலில் எத்தனை எதார்த்தங்கள்? எத்தனை இயல்பான வார்த்தைகள்?

ஆம்.. கதாநாயகன் எம்.ஜி.ஆர். அவர்கள் கடலில் பயணம்; உற்சாகம் எழ வேண்டும். கதாநாயகன் என்ன செய்வார்.. மேலே ஒரு கையைக் காட்டுவார்.. கீழே ஒரு கையைக் காட்டுவார்.

> அதோ அந்த பறவை போல வாழ வேண்டும்
> இதோ இந்த அலைகள் போல ஆட வேண்டும்
> ஒரே வானிலே ஒரே மண்ணிலே
> ஒரே கீதம் உரிமை கீதம் பாடுவோம்

ஏதோ ஒரு திரைப்படத்திற்காக எழுதப்பட்ட பாட்டு அல்ல. எம்.ஜி.ஆர் என்கிற சகாப்தத்திற்கு காலம் எழுத வைத்த பாட்டு என்றே சொல்லலாம்! கதையின் கருவை உள்வாங்கி கவிதை வடிவம்தனைக் கொடுத்து, இசையின் கோர்வையில் வார்த்தைகளை அமர வைத்திடும் கலைதனில் கண்ணதாசன் காட்டியிருக்கும் சொற் சித்திரங்கள் சொல்லும் பிரம்மாண்ட பொருளடக்கம் காலத்தை என்றென்றைக்கும் வென்று நிற்கும்!

கடலின் நடுவே பயணம் போகும் கப்பலில்.. அடிமைக் கூட்டத்தின் தலைவனாக கதாநாயகன்.. அவன் அடிமனதிலும் துளிர்விடும்

கங்கென விடுதலை வேட்கை.. சுதந்திர தாகம்.. கூடுவிட்டு கூடு பாய்கிறார் கண்ணதாசன்! எம்.ஜி.ஆருக்காக! பல்லவியில் ஒரு ராஜ சுகத்தைத் தந்துவிட்டு.. சரணங்களில் வடித்திருக்கிற வரிகளைப் பாருங்கள்!

காற்று நம்மை அடிமை என்று விலகவில்லையே
கடலும் நீரும் அடிமைஎன்று சுடுவதில்லையே
காலம் நம்மை விட்டுவிட்டு நடப்பதில்லையே
காதல் பாசம் தாய்மை நம்மை மறப்பதில்லையே

காற்று அனைவருக்கும் பொதுவானதாகவே உள்ளது. கடல் நீரும் நம்மை அடிமை என்று சுடுவதில்லை. காலம் நம்மை விட்டுவிட்டு நடப்பதில்லை.. காதல் பாசம் தாய்மை நம்மை மறப்பதில்லை.

தோன்றும் போது தாயில்லாமல் தோன்றவில்லையே
சொல்லில்லாமல் மொழியில்லாமல் பேசவில்லையே
வாழும்போது பசியில்லாமல் வாழ்வதில்லையே
போகும்போது வேறுபாதை போவதில்லையே

தாய், மொழி, பசி, மரணம் இவை யாவையும்கூட நம் அனை வருக்கும் ஒரே மாதிரியானவையாக இருக்கின்றன. ஒற்றை வார்த்தையைக்கூட ஒதுக்கிவிட முடியாத அளவிற்கு சரணங்கள் நம்மைச் சரணடைய வைக்கின்றன!

கோடி மக்கள் சேர்ந்துவாழ வேண்டும் விடுதலை
கோவில் போல நாடு காண வேண்டும் விடுதலை
அச்சமின்றி ஆடிப்பாட வேண்டும் விடுதலை
அடிமை வாழும் பூமி எங்கும் வேண்டும் விடுதலை

தீர்க்கமாக.. விடுதலை என்பது எங்களுக்கு மட்டுமல்ல.. கோடி கோடியாக மக்கள் வாழும் உலகில் எங்கெல்லாம் அடிமை என்கிற வார்த்தை இருக்கிறதோ.. அங்கெல்லாம் விடுதலை பெற்றாக வேண்டும் என்கிற சமத்துவ சமதர்மக் கொள்கையை ஓங்கி ஒலிக்கிறார் எம்.ஜி.ஆர்!

Liberty (Freedom) is the fundamental for any civilized society.

பாடலின் மேலாண்மை அதிகாரம்

தீர்க்கமாக.. விடுதலை என்பது எங்களுக்கு மட்டுமல்ல.. கோடி கோடியாக மக்கள் வாழும் உலகில் எங்கெல்லாம் அடிமை என்கிற வார்த்தை இருக்கிறதே? அங்கெல்லாம் விடுதலை பெற்றாக வேண்டும் என்கிற சமத்துவ சமதர்மக் கொள்கை இது.

This song is not for just one Nation. It is for Universal.

The wind does not leave us as slaves

The sea does not burn us as slaves

Time does not leave us as slaves

Love, affection, motherhood do not forget us

When you appear, you do not appear without a mother

When you speak without words, without language

When you live, you do not live without hunger

When you go, you do not go another way

Millions of people want to live together, freedom. We want to see our country like a temple. We want to dance and sing without fear. We want freedom everywhere on earth where slavery lives.

30. அறிவுக்கு வேலை கொடு ...
பகுத்தறிவுக்கு வேலை கொடு ...

திரைப்படப் பாடல்களில் இடம்பெறும் வரிகள் வெறும் பொழுதுபோக்குக்கு மட்டுமல்ல.. வாழ்க்கை முழுமைக்கும் வழிகாட்டும் விளக்காக அமைய முடியும் என்பதற்கு சான்று பகரும் பாடல்களை கவிஞர் பெருமக்கள் பட்டுக்கோட்டை கல்யாண சுந்தரம், கவியரசு கண்ணதாசன், கவிஞர் வாலி போன்றோர் வழங்கி யிருக்கிறார்கள்.

சமுதாய அவலங்கள், சீர்கேடுகளைச் சாடுவதும் அவற்றை சீர் செய்ய மொழியைப் பயன்படுத்துவதும் இவர்களின் தலையாய கடமை களில் ஒன்றானது.

அவ்வாறு அமையும்போது செம்மைமொழி வளத்தால் இசைக் கோர்வையுடன் கைகோர்க்கும் வார்த்தைச் சரங்களை கொட்டி முழக்கும் கொள்கைப் பண்பாடுகிறார்கள்.

அறிவுக்கு வேலை கொடு... பகுத்தறிவுக்கு வேலை கொடு...
மூடப்பழக்கத்தை விட்டுவிடு காலம் மாறுது கருத்தும் மாறுது
நாமும் மாற வேண்டும் நம்மால் நாடும் மாற வேண்டும்

குறிப்பாக மக்களின் மனம் கவர்ந்த கதாநாயகனுக்காக இப்பாடல்கள்

அமைந்து விடும்போது புதிய பொலிவுடன் புரட்சியின் முழக்கங்கள் புறப்பட்டு வருகின்றன. ஆம். இதோ.. இந்தப்பாடல் தலைவன் திரைப்படத்திற்காக கவிஞர் வாலி வரைந்தளித்தது. எஸ்.எம். சுப்பையா நாயுடு இசை அமைப்பில் ஏழிசை வேந்தர் டி.எம். சௌந்தரராஜன் பாடியதாகும்.

> மண் வெட்டி கையிலெடுப்பார் சில பேர்
> மற்றவர்க்குக் குழி பறிப்பார் அது
> தன் பக்கம் பார்த்திருக்கும் என்பதைத்
> தானறிய மறந்திருப்பார்
> பந்தெடுத்து விட்டு எறிந்தால் சுவர்மேல்
> பட்டதுபோல் திரும்பி வரும் - இந்தத்
> தத்துவத்தைத் தானறிந்தால் பிறர்க்குத்
> தீங்குசெய்யும் எண்ணம் வருமோ?

பாடலின் மேலாண்மை அதிகாரம்

Give work to knowledge; Give work to reason
Abandon stupid habits.. Times change, opinions change
We must change too .. We must change our country too
He built a fortress called the body with nine gates, and lit the lamp of knowledge as a lamp for that fortress. All habits that are not right, all habits that are not in accordance with the mind, spoil the creation, pave the way for the destruction of man, spoil the creation.
He will take a shovel in his hand
Some people will dig a hole for others
He will forget that it is facing him
If he throws a ball
It will come back as if it had hit a wall
If he understands this principle
Will he have the intention of harming others
The questions are to be answered by ourselves...

31. கண்போன போக்கிலே கால் போகலாமா?

'**க**ண்போன போக்கிலே கால் போகலாமா?' பணம் படைத்தவன் என்கிற திரைப்படத்திற்காக கவிஞர் வாலி அவர்கள் எழுதிய பாடலிது! மக்கள் திலகம் இப்படி ஒரு பாடலுக்கு கை வீசிடாமல்.. நடிப்பது என்பது அரிது! இப்பாடல் காட்சி அதற்கான சூழல் அப்படி! எம்.ஜி.ஆர். பாடல் என்றாலும்கூட இது ஒரு தனி வகையென்றே சொல்லலாம்!

ஐம்புலன்கள், ஆறாம் அறிவு என மனித ஜாதியை மகத்துவமாய் படைத்த இறைவன் மனம் என்கிற ஒன்றையும் மறைமுகமாய் சேர்த்தனுப்பி விட்டானன்றோ? பகுத்தறியும் குணம் மனிதனுக்கு இருந்தும் ஆசை என்னும் வலைதனில் அகப்பட்டு அவன்படும் அல்லல்கள் பலவன்றோ? கண்ணிருந்தும் குருடனாய், காதிருந்தும் செவிடனாய் நம்மில் வாழும் மனிதர்களை நாம் காணுகின்றோம். அனுபவ ரீதியாக ஒருவன் பட்டுத் தெரிந்து கொள்கிற பகிரங்க ரகசியங்கள் பல உண்டு. அந்தப் பாடங்கள் அவன் மட்டும் அறிந்தவையாக அடங்கி விடுகின்றன! ஆனால், திரைப்படங்களில் - கவிஞர்கள் தங்கள் சொல்லாற்றலால், இதுபோன்ற அனுபவ

முத்திரைகளை, வாழ்க்கைப் பாடங்களை மெட்டுக்குள் கட்டி வைக்கத் தெரிந்த வித்தகர்களாக இருக்கிறார்கள்.

அதுவும் மக்களின் இதயங்களில் இமயமாய் வீற்றிருந்த எங்கள் எம்.ஜி.ஆருக்காக எழுதப்படுகின்றபோது இதுபோன்ற முத்தான வரிகள் கொத்துக் கொத்தாக வந்து விழுந்தனவோ என்று எண்ணத் தோன்றுகிறது! தத்துவத்தின் தடாகமாய் இப்பாடல் காட்சியளிக்கிறது! மெல்லிசை மன்னர்கள் எம்.எஸ்.விஸ்வநாதன் - டி.கே.ராமமூர்த்தி இருவரும் அளித்த இசை இங்கே தலைமை தாங்குகிறது!

டி.எம்.சௌந்திரராஜனின் குரல் மக்கள் திலகம் நடித்த இந்தக் காட்சி .. ஒரு நாகரீக விடுதியில் முற்றிலும் வித்தியாசமான சூழலில் இடம் பெறும் பாடலாக.. இந்தக் காட்சியமைப்பு எடுத்திட முனைந்த இயக்குனர் டி.ஆர். இராமண்ணா அவர்களை எவ்வளவு வேண்டுமானாலும் பாராட்டலாம். பாடலின் வரிகளில் உள்ள வீரியம், வார்த்தைகள் தாங்கிவரும் அர்த்தங்கள் ஆகியவற்றை பின்னணி இசை கூட்டணி மந்திரம் வெற்றியை விண்முட்டச் செய்திருக்கிறது. மகாத்மா காந்திஜி கையில் தடியுடன் ஒற்றையடிப் பாதையில் நடந்து செல்வதை நினைவூட்டி பாடல் தொடங்குகிறது!

கண்போன போக்கிலே கால் போகலாமா
கால்போன போக்கிலே மனம் போகலாமா
மனம்போன போக்கிலே மனிதன் போகலாமா
மனிதன் போன பாதையை மறந்து போகலாமா

பற்பல நூல்கள் படித்து உணர்ந்து பெற வேண்டிய ஞானத்தை, நீதி போதனைகளை, ரத்தினச் சுருக்கமாய் கவிஞர் வாலி அவர்கள் வரைந்தளித்த கீதையிது என்பதில் மிகையேது?

நீ பார்த்த பார்வைகள் கனவோடு போகும்
நீ சொன்ன வார்த்தைகள் காற்றோடு போகும்
ஊர்பார்த்த உண்மைகள் உனக்காக வாழும்
உணராமல் போவோர்க்கு உதவாமல் போகும்

கவிஞர் வாலி அவர்கள் முன்னிலையில் இப்பாடல் ஒரு மேடைக் கச்சேரியில் முழங்கியபோது.. விழாவில் சிறப்பு விருந்தினராகப் பங்கேற்ற ஆச்சி மனோரமா அவர்கள் இப்பாடலைப் பற்றிப் புகழ்ந்து கவிஞர் கண்ணதாசன் அருமையாக எழுதியிருக்கிறார்

என்று உரையாற்ற.. கவிஞர் வாலி அவர்கள் தன்னிலை விளக்கம் தந்து இப்பாடலை நான் எழுதினேன் என்று சொல்லியது நினைவு கூரத்தக்கது!

இப்போதும்கூட பல இணையதளங்களிலே இப்பாடல் கண்ணதாசன் எழுதியது என்றே இடம் பெற்றுள்ளது. கவிஞர் வாலி அவர்கள் ஒரு முறை திருக்குறளைத் தவிர மற்ற எல்லாமே கண்ணதாசன் எழுதியது என்றே மக்கள் கருதுகிறார்கள் என்றார். மேலும் என்ன சொல்ல?

> திருந்தாத உள்ளங்கள் இருந்தென்ன லாபம்
> வருந்தாத உருவங்கள் பிறந்தென்ன லாபம்

பாடலின் மேலாண்மை அதிகாரம்

பகுத்தறியும் குணம் மனிதனுக்கு இருந்தும் ஆசை என்னும் வலைதனில் அகப்பட்டு அவன்படும் அல்லல்கள் பலவன்றோ? கண்ணிருந்தும் குருடனாய், காதிருந்தும் செவிடனாய் நம்மில் வாழும் மனிதர்களை நாம் காணுகின்றோம். அனுபவ ரீதியாக ஒருவன் பட்டுத் தெரிந்து கொள்கிற பகிரங்க ரகசியங்கள் பல உண்டு. அந்தப் பாடங்கள் அவன் மட்டும் அறிந்தவையாக அடங்கி விடுகின்றன!

வாழ்க்கை எப்படி இருக்க வேண்டும்.. எப்படி அமைக்க வேண்டும்.. இது வெறும் திரைப்பாடலல்ல.. வாழ்க்கைப் பாடம்!!

Where the eye has gone, can the foot go? Where the foot has gone?
Where the mind has gone, can the man go?
Where the mind has gone, can the man forget the path he has taken?
What is the profit of having unchanging hearts?
What is the profit of having unchanging forms?
Even if he disappears, his name must be mentioned.
The town must be told who is like him.

These lines are still remembered by everyone that denotes MGR.. who lived as he preached.

32. ஒன்றே சொல்வான் நன்றே செய்வான்

திரைக் கடலோடியும் திரவியம் தேடு என்கிற பழமொழியை தலையில் ஏற்றி பல தலைமுறைகளாக ஏற்றம் பெற்று வளர்கின்ற குடியில் வந்துதித்த திருப்பெயரே.. அப்துல் ரஹ்மானாம்! நவரத்தினங்கள் முதலாக தங்க வணிகத்திலும் தழைத்தோங்கிய குடும்பத்தில் பிறந்தவர் இவர்! கீழக்கரை என்று சொன்னால்.. அதன் மேலத் தெரு நினைவில் வர.. அதில் வாழும் கனவான்கள் - பொருள் தேடி கடல் கடந்து ஈட்டிய பெரும் செல்வம் கீழக்கரை பெயரதனைக் காலமெல்லாம் சொல்லும்! சொல்லும்!!

வளைகுடா நாடுகளில் வசீகரிக்கும் நாடான துபாயில் ஈ.டி.ஏ. நிறுவனமும் இவர்தம் இனிய பெயரை என்றென்றும் உரக்கவே உச்சரிக்கும்! அறுபது ஆயிரத்திற்கும் மேலான பணியாளர்களைக் கொண்டு குறிப்பாக தமிழர்களுக்கு இடம் தந்து ஆலமரமாய் விரிவு பெற்று விளங்கும் நிறுவனத்திற்கு வித்தூன்றி விளைய வைத்து விந்தை புரிந்த பெருமகனார்!

இவரோடு தோளோடு தோள் நின்று தன்கூரிய மதியால் வளர்ச்சிக்கு வழிவகுத்து 35 ஆண்டுகளுக்கும் மேலாக நிறுவனக் குழுமத்தை

நடத்திவந்த மேலாண்மை இயக்குனர் திருமிகு. சையது எம்.சலாவுதீன் ஆகிய இருவரும் வரலாறாய் திகழ்கின்றனர்.

மக்கள் திலகத்தை மிகவும் நேசித்தவர் பி.எஸ். அப்துல்ரஹ்மான் அவர்கள். இருவருக்கும் நெருங்கிய நட்பும் உண்டு. ஒருமுறை தான் நடித்து வெளியான 'சிரித்து வாழ வேண்டும்' என்கிற திரைப்படத்தில் தான் ஏற்ற முஸ்லீம் பாத்திரத்திற்கு அப்துல் ரஹ்மான் எனப் பெயரிட்டு தானே அப்பாத்திரத்திலும் நடித்து, ஒரு பாடலை உருவாக்கும்போது.. தனது நண்பரின் பெயர்வர வேண்டும் என்று கேட்டுக் கொள்ள.. புலவர் புலமைப்பித்தன் அவர்களின் எழுது கோல் வழங்கிய வரிகள் இவை.. டிஎம். சௌந்தரராஜன் குரலில் மெல்லிசை மன்னரின் இன்னிசையில் விளைந்த மற்றுமோர் இஸ்லாமிய கீதம்.. ஒன்றே சொல்வான் நன்றே செய்வான்

எண்ணத்தில் நலம் இருந்தால் இன்பமே எல்லோர்க்கும் !
அன்புள்ள தோழர்களே ! அஸ்ஸலாமு அலைக்கும் !
ஒன்றே சொல்வான் நன்றே செய்வான்
அவனே அப்துல் ரஹ்மானாம்
ஆண்டான் இல்லை அடிமை இல்லை
எனக்கு நானே எஜமானாம்
ஆடும்நேரத்தில் ஆடிபாடுங்கள்
ஆனாலும் உழைத்தே வாழுங்கள் !

உலகம் ஒன்றாக எதிரே நின்றாலும்
அஞ்சாமல் கருத்தை கூறுங்கள்
வந்தான் வாழ்ந்தான் போனான்
என்றா உலகம் நினைக்க வேண்டும் -
சொன்னான் செய்தான்! என்றே நாளும்
ஊரார் சொல்ல வேண்டும்!

எம்.ஜி.ஆர். திருப்தியடைந்தது ஒரு பக்கம் என்றாலும் திரு. அப்துல் ரஹ்மான் அடைந்த ஆனந்தத்திற்கு அளவிருக்க முடியுமா? பகுத் அச்சா என்பதைவிட!! இது இறைவனின் சித்தமே! திரைப்பாடலில் எவ்வளவு நற்கருத்துக்களை ஊட்ட முடியும் என்பதற்கு எம்.ஜி.ஆர்., புலமைப்பித்தன், எம்.எஸ்.விஸ்வநாதன் கூட்டணி கட்டியம் கூறும்.

வாழ்வில் நாட்டம் ஓய்வில் ஆட்டம்
இரண்டும் உலகில் தேவை
ஆடும் போதும் நேர்மை வேண்டும்
என்றோர் கொள்கை தேவை
யாரும் அறியாமல் செய்யும் தவறென்று
ஏமாற்றும் நினைவை மாற்றுங்கள்
ஒன்றில் ஒன்றாய் எங்கும் நின்றான்
ஒருவன் அறிவான் எல்லாம்
காலம் பார்த்து நேரம் பார்த்து
அவனே தீர்ப்பு சொல்வான்!

நண்பர் ஒருவரின்மீது தான் கொண்ட பற்றிற்கு எம்.ஜி.ஆர். பாணியில் சொல்லப்பட்ட நன்றி இது!

பாடலின் மேலாண்மை அதிகாரம்

ஒரு சொல் வெல்லும்.. ஒரு சொல் கொல்லும் என்பார்கள். இத்தகு சொற்கள் மந்திரம் போல மனதில் தங்கும்! மகத்துவம் புரியும்!

சொல்லுக்கும், செயலுக்கும் இடையே இடைவெளி அதிகம் விட்ட எவரும் வெற்றியைத் தொட்டதில்லை!

No master, no slave - I am the master myself

Change the deceptive memory that no one knows about the mistake he makes. He stood everywhere as one. One knows everything. He will judge by looking at time and time. Even if the world stands together against you, express your opinion without fear. The world should think that he came, lived, and went.

This is MGR's principles that were taught to the Lakhs and Lakhs of his Fans.

33. நான் ஏன் பிறந்தேன்?

கவிஞர் வாலி அவர்கள் இயற்றி, மக்கள் திலகம் நடித்து வெளியான பாடல்கள் என்பதா? மக்கள் திலகத்திற்காக கவிஞர் வாலி இயற்றிய பாடல்கள் என்பதா? இந்தக் கலவை தந்திருக்கும் முத்துக்கள் கொட்டிக் கிடக்கின்றன தமிழ்த் திரைசையில்! நான் ஏன் பிறந்தேன்... என்கிற திரைப்படத்தில் இடம் பெறும் இனிய பாடலிது! கவிஞர் வழங்கிய தேவரின் சங்கர் கணேஷ் இசையமைப்பில் உருவான பாடல்கள் என்றும் நம் இதயம் தொடுகின்றன!

நான் ஏன் பிறந்தேன்
நாட்டுக்கு நலம் என்ன புரிந்தேன்
என்று நாளும் பொழுதும் வாழும்வரையில்
நினைத்திடு என் தோழா
நினைத்து செயல்படு என் தோழா
உடனே செயல்படு என் தோழா

முன்னோர் சொன்ன சொல்லே ஆனாலும் எளிய தமிழில் வினாக் களாய் நம் நெஞ்சில் பதிக்கிறார். மறைந்த முன்னாள் அமெரிக்க அதிபர் கென்னடிதான் பதவி ஏற்றக்கூட்டத்தில் Ask not what your

the learned assembly. Even if a drop of water falls from your eyes, the world should cry.

While you answer for the above questions, you will be trimmed and you will walk in the right path thereby both the individual and the nation will be benefited.

34. வெற்றி மீது வெற்றி வந்து என்னைச் சேரும்

'தேடி வந்த மாப்பிள்ளை' திரைப்படத்திற்காக கவிஞர் வாலி எழுதிய பாடலிது - வெற்றி மீது வெற்றி வந்து என்னைச் சேரும் - புரட்சித்தலைவருக்காக எஸ்.பி.பாலசுப்பிரமணியம் பாடிய பாடல்! பொதுவாக இதுபோன்ற பாடல்கள் டி.எம்.சௌந்திரராஜன் பாடக் கூடியது! எனினும் இப்பாடல் வெற்றிப்பாடலாகவே அமைந்தது என்றால் ஒரே காரணம் அதனை உச்சரித்தவர் எம்.ஜி.ஆர்!

தாய் என்னும் வாழுகின்ற தெய்வத்தை தன் ரசிகர்களுக்கெல்லாம் வழிபடச் செய்த மாமனிதர்! உலகில் எத்தனை உறவுகள் இருந்தாலும் அவை எல்லாவற்றிலும் தலையாய உறவு தாய்தான்! தாயில்லாமல் நானில்லை என்கிற பல்லவியில் தொடங்கும் கவிஞர் ஆலங்குடி சோமு அவர்களின் பாடலை அடிமைப்பெண் திரைப்படத்தில் புதிய பரிணாமத்தோடு வழங்கிய நம் தலைவர் - இப்பாடலில் தான் பெற்ற வெற்றிப் பதக்கத்தைத் தன் தாயிடம் காட்டிடும் காட்சியில் இடம் பெற்ற பாடல்!

வெற்றி மீது வெற்றி வந்து என்னைச் சேரும்
அதை வாங்கித் தந்த பெருமை எல்லாம் உன்னைச் சேரும்

பெற்றெடுத்து பேர் கொடுத்த அன்னை அல்லவோ
நீ பேசுகின்ற தெய்வம் என்பது உண்மை அல்லவோ

1970ஆம் ஆண்டு திரைக்கு வந்த இப்படம் இயக்குர் பி.ஆர்.பந்துலு அவர்களின் இயக்கத்தில் மெல்லிசை மன்னர் எம்.எஸ்.விஸ்வநாதன் அவர்களின் இசையில்.. வரிக்கு வரி .. வண்ணத்தமிழில் வாலி அவர்கள் எம்.ஜி.ஆருக்காகவே தாயின் புகழினை வரைந்துள்ளார்!

தாய்பாலில் வீரம் கண்டேன்
தாலாட்டில் தமிழைக் கண்டேன்
உண்ணாமல் இருக்கக் கண்டேன்
உறங்காமல் விழிக்கக் கண்டேன்

இந்த பாடலை நான் எப்போது கேட்டாலும் என் மனதில் சொல்ல முடியாத ஒரு இனம் புரியாத உணர்வு தோன்றும். எப்படி சொல்வ தென்று என்னால் எழுத முடியவில்லை. அத்துடன் அந்த படம் வந்த சமயம் என் பள்ளி நாட்களில் பாடல் தினமும் ஒலிபரப்பப்பட்ட காலங்களில் ஏற்பட்ட நிகழ்ச்சிகள் இப்போதும் தொடர்ச்சியாக மனதில் தோன்றி மறையும். அப்போது மனதிற்கு சுகமாகவும் இருக்கும்.

மற்றவர்க்கு வாழுகின்ற உள்ளம் என்னவோ
அது உன்னிடத்தில் நான் அறிந்த பாடம் அல்லவோ

குறிப்பாக இந்தப் பாடலை கேட்டாலே எல்லோருக்கும் தன்னை யறியாமல் சுறுசுறுப்பு தொற்றிக் கொள்ளும். அப்படிப்பட்ட உணர்வை எம்.ஜி.ஆர் அவர்கள் தன் நடிப்பால் தந்திருப்பார்.

அன்னை சிந்தும் கண்ணீரெல்லாம்
பிள்ளையினால் தண்ணீராகும்
ஆசைதரும் கனவுகளெல்லாம்
அவனால்தான் நனவுகளாகும்
அன்று தொட்டு நீ நினைத்த எண்ணம் என்னம்மா
அதை இன்று தொட்டு நான் முடிக்கும் வண்ணம்பாரம்மா

ஒரு வீட்டின் அறைக்குள்ளே அங்கும் இங்கும் ஓடி ஆடி மேஜை நாற்காலி மேல் தாவி குதித்து ஒரே ஆர்ப்பாட்டமாக நடித்திருப்பார்.

அவை கண்கொள்ளா காட்சியாக இருக்கும். தாய் என்னும் தெய்வம் ஒவ்வொரு தனிமனிதனுக்கும் எத்துணை துணையாக இருக்கிறது என்பதை பாட்டு வரிகள் என்னும் பாக்கள் அல்ல.. அல்ல.. பூக்கள் வாயிலாக அர்ச்சனை செய்து ஆராதனை செய்தவர் எம்.ஜி.ஆர். அதையே அவரது இலட்சக்கணக்கான ரசிகர்களும் பெரும்பாலும் பின்பற்றி வருகின்றனர் என்றால் அது மிகையில்லை!

சென்னை ராயப்பேட்டை அவ்வை சண்முகம் சாலையில் உள்ள ஒரு வீட்டை எம்.ஜி.ஆர். வாங்கி தாய் வீடு என பெயரிட் டார். 1962 வரை அந்த வீட்டில் தங்கி இருந்தார் என்று சொல்லப் படுகிறது. இந்த வீட்டில் தன் தாயாரை கொண்டு வந்து ஒரு நாளாவது அமர்த்தி அழகு பார்க்கும் முன்பு அவரது தாயார் இறந்து விட்டார் என்பது சோக செய்தி. அதன்பின் ராமாவரம் தோட்டத் திற்கு குடிபுகுந்தார். தாய் வீட்டில் அவரது அண்ணன் சக்கரபாணி அவர்களின் குடும்பம் வசித்து வந்தது. எம்.ஜி.ஆரின் மனைவி திருமதி வி.என்.ஜானகி பெயரில் அவ்வை சண்முகம் சாலையில் வாங்கிய வீடுதான் அண்ணா தி.மு.க.வின் தலைமை நிலையமாக திகழ்கிறது. எம்.ஜி.ஆரின் வேண்டுகோளுக்கு இணங்க கட்சிக்கு ஜானகி அம்மையார் தானமாக அளித்து விட்டார்.

1972ல் எம்.ஜி.ஆர். தி.மு.க.வில் இருந்து நீக்கப்பட்டவுடன் தமிழகமே கொந்தளிக்கிறது. தொண்டர்கள் வெளியூர்களில் இருந்து சென்னைக்கு படையெடுத்து எம்.ஜி.ஆரை கட்சியை துவக்குவதற்கு நிர்பந்தப்படுத்துகிறார்கள். சிலர் எம்.ஜி.ஆர். பெயரில் கட்சியை துவக்குவதாக அறிவிக்கிறார்கள். சிலர் தாமரை சின்னத்தில் கொடி ஏற்றுகிறார்கள்.

எம்.ஜி.ஆர். பொறுமை காத்து, அனைவரையும் கலந்து ஆலோசிக் கிறார். பின்னர் தன் தாயின் படத்தின் முன்னால் வணங்கி, தன்னுடன் கலந்து ஆலோசித்த தலைவர்களின் யோசனைப்படியும், தொண்டர்கள் பேராதரவையும் மனதில் வைத்து, கட்சியை தொடங்குவதற்கு அக்டோபர் 17, என்ற நாளை குறித்து அறிவித்தார். (நன்றி : துரை பாரதி)

country had done for you; Ask what you have done for the country *என்ற பொன்மொழியின் பிரதிபலிப்பாக இப்பாடல் திகழ்கிறது!*

மலையில் பிறந்த நதியால் மக்கள் தாகம் தீர்ந்தது
மரத்தில் பிறந்த கனியால் அவர் பசியும் தணிந்தது
கொடியில் பிறந்த மலரால் எங்கும் வாசம் தவழ்ந்தது
அன்னை மடியில் பிறந்த உன்னால் என்ன பயன்தான் விளைந்தது

உலக அளவில் புரட்சித்தலைவருக்கு ரசிகர்கள் இன்றும் இருக்கிறார்கள். தமிழகம் தாண்டி.. பிரான்ஸ், இலங்கை, மலேசியா, கனடா, சிங்கப்பூர், லண்டன் என்று உலகில் எங்கெல்லாம் தமிழ் மக்கள் வாழ்கிறார்களோ அங்கெல்லாம் எம்.ஜி.ஆர் புகழ் பரவிக் கொண்டேயிருக்கிறது.

மனிதனாகப் பிறந்து தனது அரும்குணங்களால் மக்களின் நெஞ்சங்களில் நிறைந்த ஒரு திரைப்பட நடிகர் மட்டுமல்ல.. மிகைப் படுத்தப்பட்ட பாத்திரங்களாய் அவரது கதாபாத்திரங்கள் அமைந் திருக்கலாம். ஆனால் அவற்றுக்குள் பொருந்தி.. பொருந்தி.. எம்.ஜி.ஆர். என்கிற தனிமனிதன்கூட தன்னைத்தானே செதுக்கிக் கொண்டு மக்களுக்கான தலைவனாக உருவெடுத்ததே வரலாறு!!

ஆனந்த விகடனில் அவரே எழுதிய ஒரு தொடர்.. நான் ஏன் பிறந்தேன்.. அதே பெயரில் ஒரு திரைப்படமும் நடித்திருந்தார். அதில் ஒரு பாடல் :

நாடென்ன செய்தது நமக்கு
என கேள்விகள் கேட்பது எதற்கு
நீயென்ன செய்தாய் அதற்கு
என நினைத்தால் நன்மை உனக்கு

அப்பாடலின் தொடர்ச்சியில் இடம் பெறும் வரிகள் இமயத்தைவிட உயர்ந்ததென்பேன்!

பத்துத் திங்கள் சுமந்தாளே
அவள் பெருமைப்பட வேண்டும்
உன்னைப் பெற்றதனால் அவள்
மற்றவராலே போற்றப்பட வேண்டும்

கற்றவர் சபையில் உனக்காக
தனி இடமும்தர வேண்டும்
உன் கண்ணில் ஒரு துளி நீர் வந்தாலும் - இந்த
உலகம் அழ வேண்டும்

என்னைப் பொறுத்தவரை.. இந்த வரிகள் தந்த ஊக்கம்.. உற்சாகம் வாழ்க்கை முழுவதும்.. என்னை இயக்கி வருகிறது என்பது சற்றும் மிகையில்லை.. இந்த வரிகளை ஒரு இளைஞன் தனது இதயத்தில் எழுதி வைத்துக் கொண்டால் அவன் எதிர்காலத்தில் நிச்சயம் வெற்றி பெறுவான் என்பது திண்ணம்!

இந்த வைர வரிகள் என்னையும்கூட வாழ்க்கைப் போராட்டத்தில் நீந்தி வெற்றி பெற வைத்திருக்கின்றன என்றால் அது மிகையில்லை! அந்த நன்றிக்கடனாக 'வாழும் தமிழே வாலி' என்கிற நூலை கவிஞர் வாலிக்கு நன்றி காணிக்கையாக எழுதி குமரன் பதிப்பகத்தால் வெளியிட்டேன். பாடலாசிரியன் என்கிற தகுதியோடு திரையுலகில் பாட்டு எழுதிச் சென்றவர் பலர் இருக்கலாம்! அதே பாடல்கள் மக்கள் நெஞ்சில் குடியிருக்கச் செய்தவரைத்தான் 'கவிஞர்' என்கிற வரிசையில் கொள்கிறோம். மேலும் அதிலும் மானுட வாழ்விற் கான தேவைகளைக் கருத்துக்களை வழங்கிய கவிஞர்களையே காலம் போற்றிப் புகழ்ந்து கொண்டிருக்கிறது.

பாடலின் மேலாண்மை அதிகாரம்

மாபெரும் சபைகளில் நீ நடந்தால் உனக்கு மாலைகள் விழவேண்டும் - ஒரு மாற்றுக்குறையாத மன்னவன் இவன் என்று போற்றிப் புகழ வேண்டும்.. என்பார் கவியரசு கண்ணதாசன்.

என்னைப் பொறுத்தவரை இந்த வரிகளால் நான் பெற்ற ஊக்கம், உற்சாகம் வாழ்க்கை முழுவதும் என்னை இயக்கி வருகிறது. இந்த வரிகளை ஒரு இளைஞன் தனது இதயத்தில் எழுதி வைத்துக் கொண்டால் அவன் எதிர்காலத்தில் நிச்சயம் வெற்றி பெறுவான் என்பது திண்ணம்!

Why was I born? What good did I do for the country? Think about it every day as long as you live.

Your Mother should be proud of having you, she should be admired by others. A special place should be given to you in

பாடலின் மேலாண்மை அதிகாரம்

தாய் என்னும் வாழுகின்ற தெய்வத்தை தரிசிக்கவும், அவளைப் போற்றி வணங்கி வாழ வைப்பதும் ஒரு மகனின் கடமை.

தனது அனைத்து வெற்றிகளுக்கும் தாயே காரணம்!

Victory upon victory, come to me, and all the pride that has taken it will come to you. I found courage in mother's milk, I found Tamil in lullabies. I saw you stay without eating, I saw you stay awake without sleeping. Isn't that the lesson I learned from you about the heart that lives for others?

In each and every song MGR taught the human mankind, the moral values of Life. He had given due diligence to impart the inherent good characters to all and he used the Media at large.

35. சின்னப் பயலே.. சின்னப் பயலே.. சேதி கேளடா..

தமிழ்த்திரைச் சரித்திரத்தில் ஒரு பாட்டாளியின் குரல் - ஒடுக்கப்பட்டவர்களின் ஓசை - உழைப்பவர்களின் வியர்வை - நெசவாளர்களின் குமுறல் - சாலைவண்டி இழுப்பவர்களின் சுமை - சாமான்ய மக்களின் பிரதிநிதித்துவம் - சமத்துவ சமுதாயப் பார்வை - அவலங்களைத் தட்டிக்கேட்கும் உறுதி - மானிட குணங்களின் கசடுகளை களையத் துடிக்கும் கூர்மை! பாமரர்களும் புரிந்து கொள்ளும் பகுத்தறிவுச் சிந்தனை - ஆயிரமாயிரம் கவிஞர் பெரு மக்கள் வந்து எழுதி வைக்க வேண்டியவற்றை தன் 29 வயதில் மரணத்தைத் தொட்ட மக்கள் கவிஞன் ஒட்டுமொத்தமாய் ஓங்கி ஒலித்தான் என்றால் அது பட்டுக்கோட்டை கல்யாணசுந்தரம் அவர்களையே குறிக்கும்!

ஏழைகளின் தோழனாய்.. பாட்டாளிகளின் கூட்டாளியாய்.. உழைக்கும் வர்க்கத்தின் உரிமைக்குரலாய்.. முத்து முத்தாய் இவன் எழுதி வைத்தப் பாட்டு! தஞ்சை மண்ணிலிருந்து தவழ்ந்து வந்த தமிழ்!! அர்த்த புஷ்டிகளோடு இவன் படைத்த வரிகள் சமுதாய அவலங்களின் மீது எப்போதும் விழுகின்ற சவுக்கடிகள்!!

சமுதாயத்தில் காணப்படும் ஏற்றத்தாழ்வுகளில் வலியோர் கை ஓங்கி நிற்பதும், மெலியோர் கை தாழ்ந்திருப்பதும் இல்லான் எனும் நிலை மாற்றிடவும் மக்கள் புரட்சியால் கைகூடும் என்கிற திட நம்பிக்கையோடு சத்திய வரிகளைத் தந்தவன் இவன் என்பது மறக்க முடியாதது.

பொற்காலப் பாடல்கள் இவைதான் என்று வருங்காலச் சந்ததியின ருக்கு அடையாளம் காட்ட வேண்டுமென்றால் பட்டுக்கோட்டை யின் பாடல்கள் அங்கே நிச்சயமாய் பரிணமிக்கும்! ஏட்டிலே இவன் பாடல்கள் பதிந்திருப்பதைக் காட்டிலும் மக்கள் இதயங்களில் பதிந்திருப்பதே அதிகம்!! நூற்றுக்கணக்கில் விளைந்த இவர்தம் முத்துக்குவியலில் நான் முதல் முத்தாகக் கருதும் பாடலிது.

அரசிளங்குமரி என்னும் திரைப்படத்தில் ஜி. இராமனாதன் இசையமைப்பில்.. மக்கள் திலகம் பாடுவதாய் அமைந்த பாட்டு! எளிய வரிகள் இனிய இசை இவைகளின் கலவைதான் என்பதுடன் தன் இனிய குரலால் வருடங்களைத் தாண்டி வாழுகின்ற பாடலுக்கு உயிரூட்டியிருக்கிறார் டி.எம்.சௌந்திரராஜன்.

சின்னப் பயலே சின்னப் பயலே சேதி கேளடா நான்
சொல்லப் போற வார்த்தையை நன்றாய் எண்ணிப் பாரடா -
நீ எண்ணிப் பாரடா
ஆளும் வளரணும் அறிவும் வளரணும் அதுதாண்டா வளர்ச்சி
உன்னை ஆசையோடு ஈன்றவளுக்கு அதுவே நீ தரும் மகிழ்ச்சி
நாளும் ஒவ்வொரு பாடம் கூறும் காலம் தரும் பயிற்சி - உன்
நரம்போடுதான் பின்னி வளரணும் தன்மான உணர்ச்சி

இது எழுதி வைத்த பாடல் மட்டுமல்ல! வளரும் மழலைக்கு சொல்லப்படும் கருத்துக்களாய் நிறைந்திருந்தாலும் வளர்ந்தவர் களுக்கும் தேவைப்படும் பொக்கிஷமாகவே கருதப்படுகிறது.

பட்டுக்கோட்டையார் பாடல் என்றால் அதில் பட்டுத்தெறிக்கும் முத்துக்கள் கொட்டிக்கிடக்குமோ? என்றைக்கும் மனதை விட்டு அகலாத ஒரு திரைப்பாடலாய் இப்பாடல் உலா வருவதை எவர் இங்கே மறுக்க முடியும்?

வீரம், விவேகம், தன்மானம், பகுத்தறிவு என்றெல்லாம் மனித உணர்வுகளை மீட்டியெடுக்கும் உன்னதமான பாடல் உண்டென்றால் அது இப்பாடல் அன்றி வேறு எது?

சுருக்கமாய் சொல்ல விழைகிறேன்.. இது தன்மானமுள்ள தலைமுறைகளுக்காக அன்றைக்கே பட்டுக்கோட்டை எழுதிவைத்த உயில்!!

தமிழகத்தில் ஒரு நான்கு ஐந்து தலைமுறைகளாய் மக்கள் உதடுகள் மறவாமல் முணுமுணுத்த பாட்டு! மக்கள் திலகம் பாடும்போது ஏதோ எங்கள் தலைவன் சொல்லித்தந்த பாட்டு என்கிற உணர்வோடு நன்றிப் பெருக்கோடு கேட்டு மகிழ்ந்த பாட்டு!! நாளைய தலைமுறைக்கும் எழுதி வைத்த சீட்டு!!

பாடலின் மேலாண்மை அதிகாரம்

வளரும் மழலைக்கு சொல்லப்படும் கருத்துக்களாய் நிறைந்திருந்தாலும் வளர்ந்தவர்களுக்கும் தேவைப்படும் பொக்கிஷமாகவே கருதப்படுகிறது.

வீரம், விவேகம், தன்மானம், பகுத்தறிவு என்றெல்லாம் மனித உணர்வுகளை மீட்டியெடுக்கும் உன்னதமான பாடல் உண்டென்றால் அது இப்பாடல் அன்றி வேறு எது? இது நாளைய தலைமுறைக்கும் எழுதி வைத்த சீட்டு!!

Every day, every lesson, every time, gives you practice. It is with your nerves that you grow, and then your self-esteem grows. It is with your nerves that you grow, and then your self-esteem grows.

You should live as a human being, You are the right hand of the growing world, you are the right hand.

Pattukkottai Kalyana Sundaram - was a reputed Lyricist and MGR quoted after became the Chief Minister - that his Chair having three legs - the one being Pattukkottai Kalyana Sundaram.

36. இந்தப் பச்சைக் கிளிக்கொரு செவ்வந்திப்பூவில் தொட்டிலைக் கட்டி வைத்தேன்..

திரைப்பாடல் என்றாலும் எல்லோரையும் திரும்ப வைத்த பாடல்! கருத்துப் பெட்டகத்தைத் தன் கவிவண்ணத்தால் புலவர் புலமைப்பித்தன் புனைந்து தந்த பாடல்! மக்கள் திலகத்திற்காக மலர்ந்த பாடலிது!

மக்கள் மனதிலெல்லாம் நிறைந்திருக்கும் பாடல்! மெல்லிசை மன்னரின் இன்னிசையில் விளைந்த பாடல்! திரையில் இருவேறு கட்டங்களில் இருவேறு குரல்களில் இடம் பெற்ற பாடல்! மறைந்த எஸ்.வரலட்சுமி அவர்களின் கம்பீரக் குரலில் தவழ்ந்திடும் தாலாட்டாகவும், பத்மஸ்ரீ கே.ஜே.யேசுதாஸ் குரலில் குழைந்திடும் அன்பின் நீலாம்பரியாய் 'நீதிக்குத் தலைவணங்கு' திரைப்படத்தில் பிறந்து இந்த பூமியில் என்றும் தவழும் பாட்டு!

    இந்த பச்சைக் கிளிக்கொரு செவ்வந்திப் பூவைத்
    தொட்டிலில் கட்டி வைத்தேன்
    அதில் பட்டுத் துகிலுடன் அன்னச் சிறகினை
    மெல்லென இட்டு வைத்தேன்
    நான் ஆராரோ என்று தாலாட்ட
    இன்னும் யாராரோ வந்து பாராட்ட

பாட்டுடைத்தலைவன் கதாநாயகனாக.. வளர்ந்த பின்னரும் அடம்பிடிப்பதும், அன்னைக் காட்டும் பரிவில்.. மலர்ந்த முகம் காட்டி.. கண்ணுறங்கும் காட்சியில்.. புலவர் புலமைப்பித்தனின் கனிந்த வரிகள் மெல்லிசை மன்னர் எம்.எஸ்.விஸ்வநாதனின் இனிய ஸ்வரங்களில் இறக்குமதியாக.. தங்கள் குரலால் அதைப் பரிமாறி யிருக்கிறார்கள். இதில் கவி விருந்தும் உண்டு! நல்லிசையால் செவி விருந்தும் உண்டு!

எந்த குழந்தையும் நல்ல குழந்தைதான்
மண்ணில் பிறக்கையிலே
பின் நல்லவராவதும் தீயவராவதும்
அன்னை வளர்ப்பதிலே
நான் ஆராரோ என்று தாலாட்ட
இன்னும் யாராரோ வந்து பாராட்ட

தாய் பாடும் பாட்டல்லவா தாலாட்டு! தங்கக் கிண்ணம், வெள்ளித் தட்டு, இவைகளைக் காட்டிலும் மதிப்பிட முடியாத தாயின் பாசம் பரிணமிக்க.. தன் பிள்ளையின் கொள்ளை அழகை.. கொட்டி அளக்கிறார் பாடலில்..

நின்று நிமிர்ந்து என் பிள்ளை நடக்கையில் ராஜநடை தோற்கும்..
எழில் நீந்தும் உடலினை காணும் பொழுதினில் சிற்பம் அதைக் கேட்கும்!

பொன்மனச் செம்மலுக்கு புகழாரமாய் அமைந்த பாட்டு! பல கோடி தமிழ் மக்களின் நெஞ்சங்களில் குடியிருக்கும் தலைவனுக்கு தாயை முதல் கடவுள் என்று வாழ்ந்து காட்டிய தலைமகனுக்கு - அந்த தாயே பாடிய அன்பின் நீராட்டு!

மற்றுமொரு முறை தன் தாய் பாடிய பல்லவியைக் கொண்டு, இந்தச் சமுதாயத்திற்கு நீதிகளையும், நெறிகளையும் தன் ஒவ்வொரு திரைப்படத்திலும் சொல்லி வந்த எம்.ஜி.ஆர். பாடும் பாடலாய்..

தூக்க மருந்தினை போன்றவை பெற்றவர்
போற்றும் புகழுறைகள்
நோய் தீர்க்கும் மருந்தினைப் போன்றவை கற்றவர்
கூறும் அறிவுரைகள்

ஆறுகரை அடங்கி நடந்திடில்
காடுவளம் பெறலாம்
தினம் நல்ல நெறிக் கண்டு பிள்ளை வளர்ந்திடில்
நாடும் நலம் பெறலாம்

பாதை தவறிய கால்கள் விரும்பிய
ஊர் சென்று சேர்வதில்லை
நல்ல பண்பு தவறிய பிள்ளையைப் பெற்றவள்
பேர் சொல்லி வாழ்வதில்லை

பொதுவாக பெண்மைதான் தாலாட்டுப் பாடும்! பொன்மனச் செம்மலின் இதயம் எவ்வளவு மென்மை வாய்ந்தது என்பதற்கு இந்தப் பாடலில் அவர் முகம் காட்டும் அத்தனை நளினங்களும்.. பாவங்களும்.. கதையின் நாயகியை மட்டும் கண்ணுறங்கச் செய்ய வில்லை! நம்மையும்தான்!!

எத்தனையோ ஆசிரியர்கள் எத்தனையோ நாட்களாய் நடத்தி னாலும்கூட இத்தனை அருமையாய்.. இத்தனை அழுத்தமாய் நம் இதயங்களில் இடம் பெற வைத்துவிட முடியுமா? எங்கள் வாத்தியார் ஒவ்வொரு பாடலிலும் நடத்தியுள்ள பாடங்கள் இணையற்ற தன்றோ?

வாழ்க்கைக்கு விளக்கம்! பயணத்திற்கு பாதை! உள்ளத்தில் ஏந்த வேண்டிய இலட்சியம்! சராசரி மனிதர்களுக்காகவே சமைக்கப் பட்ட பாடல்! சரித்திரம் படைக்கவும் நம்மை உசுப்பி விடும் வரிகள்! எளிய சொற்களால் புரியும் விதத்தினில் கற்பனை கலக்காத கருத்துப் புதையலிது! அன்பில் மலர்ந்த முகம் அவரது கனிந்த புன்னகையும் கலந்து நமக்கு அளித்த அத்தனைப் பாடல்களும் அமுதங்களே!!

கேட்கும் நேரம் கண்ணுறங்கலாம்! கேட்கும்போதே உள்ளம் விழிக்கலாம்! உலகம் முழுவதும் உயர்ந்த பாடல் வரிசையாலே நிச்சயமாய் இடம் பெற்ற பாடல்! இதன் படைப்பாளர்களை .. கூட்டணியை நாம் போற்றியே பாராட்டுவோம்!

பாடலின் மேலாண்மை அதிகாரம்

வாழ்க்கைக்கு விளக்கம்! பயணத்திற்கு பாதை! உள்ளத்தில் ஏந்த வேண்டிய இலட்சியம்! சராசரி மனிதர்களுக்காகவே சமைக்கப்பட்ட பாடல்! சரித்திரம் படைக்கவும் நம்மை உசுப்பிவிடும் வரிகள்! எளிய சொற்களால் புரியும் விதத்தினில் கற்பனை கலக்காத கருத்துப் புதையலிது!

கேட்கும் நேரம் கண்ணுறங்கலாம்! கேட்கும்போதே உள்ளம் விழிக்கலாம்!

Feet that have strayed from the path do not reach the desired place.

A man who has a child who has lost his good character does not live by his name.

Any child is a good child at birth; later good or bad depending upon upbringing of the mother.

37. சிரித்து வாழ வேண்டும் பிறர் சிரிக்க வாழ்ந்திடாதே...

'உலகம் சுற்றும் வாலிபன்' என்கிற திரைப்படத்தினை தானே பெரும் பொருட்செலவில் தயாரித்து ஏழை மக்கள் இந்த உலகின் பல நாடுகளைத் திரையிலாவது காண வேண்டும் என்கிற உயரிய எண்ணத்தில் உருவாக்கினார் எம்.ஜி.ஆர். குறிப்பாக ஜப்பான் நாட்டில் நடைபெற்ற எக்ஸ்போ 70 என்பதை முற்றிலுமாக படம் பிடித்து திரைப்படத்தின் கிளைமாக்ஸ் காட்சியாக அமைத்து மாபெரும் வெற்றி கண்டார். இத்திரைப்படம் தமிழகத்தில் வெளியான காலக்கட்டம். அது சந்தித்த பிரச்சனைகள்; அவற்றை யெல்லாம் தாண்டி எம்.ஜி.ஆர் ரசிகர்கள் என்கிற மாபெரும் சக்தியால் அசுர வெற்றி பெற்ற வரலாற்றைப் பற்றி மட்டும் எழுதினால் தனியாக ஒரு நூல் பிறக்கும் என்பது நிச்சயம்!

எம்.ஜி.ஆர். வெற்றி பெற்று விடக்கூடாது என்பது அன்றைக்கு ஆட்சியில் அமர்ந்திருந்தவர்களின் திட்டம்! அதற்காக அவர்கள் எல்லாவித எல்லைகளுக்கும் சென்றார்கள். தர்மத்தின் தலைவன் நடத்திய இந்தப் போராட்டத்தில் தர்மமே வென்றது! தடைக் கற்கள் உண்டெனினும் தடந்தோள் உண்டெனச் சிரிப்போம் என்று

பேரறிஞர் அண்ணா அவர்கள் சொன்ன சொல்லை எம்.ஜி.ஆர். ரசிகர்கள் நிரூபித்தார்கள்.

தமிழ்த்திரை வரலாற்றில் அன்றைய தொழில்நுட்ப வளர்ச்சி குறைந்த அளவே இருந்தபோதும்.. சீரிய முறையில் இந்தத் திரைப்படம் அமைந்தது பற்றி இன்றைக்கும் திரையுலகினர் ஆச்சரியத்தில் மூழ்குகின்றனர்! எம்.ஜி.ஆர் என்கிற மாபெரும் சக்தியின் விஸ்வரூபம் என்னவென்று ஆளும் கட்சியினர் உணர்ந்தார்கள் என்பதைவிட உணர்த்தப்பட்டார்கள் என்பதே சரியாக இருக்கும்!

திரைப்படத்தின் அத்தனைப் பாடல்களும் சர்க்கரைப் பந்தலில் தேன்மழை பொழிந்ததுபோல் அமைந்தன! இதிலும் எம்.ஜி.ஆர் படத்தில் வழக்கமாய் இடம் பெறும் கருத்துக்கள் அடங்கிய பாடல்கள் இரண்டு. ஒன்று டைட்டில் சாங் எனப்படும் வகையில் வெற்றியை நாளைச் சரித்திரம் சொல்லும் என்பது. அதுவே உலகம் சுற்றும் வாலிபன் திரைப்படத்தின் ஒட்டுமொத்த வரலாற்றின் ரத்தினச் சுருக்கம்! அடுத்து சிங்கப்பூரில் உள்ள அழகான பூங்கா ஒன்றில் கதையின் நாயகனும் நகைச்சுவை நாயகனும் இணைந்து அங்கே மழலைச் செல்வங்களுடன் பாடும் பாடலாக!!

சிரித்து வாழ வேண்டும்
பிறர் சிரிக்க வாழ்ந்திடாதே
உழைத்து வாழ வேண்டும்
பிறர் உழைப்பில் வாழ்ந்திடாதே

அன்பில் வாழும் இதயம் தன்னை
தெய்வம் கண்டால் வணங்கும்
ஆசை இல்லா மனிதர் தம்மை
துன்பம் எங்கே நெருங்கும்

தமிழ்த்திரைப்பட உலகில் முதல்முதலில் சிங்கப்பூர், மலேசியா, தாய்லாந்து மற்றும் ஜப்பான் ஆகிய வெளிநாடுகளில் எடுக்கப்பட்ட முழுநீள வண்ணத் திரைப்படமிது! அப்படி சிங்கப்பூரில் எடுக்கப் பட்ட காட்சிகளில் இடம்பெற்ற பாடலாக 'சிரித்துவாழ வேண்டும்-

பிறர் சிரிக்க வாழ்ந்திடாதே' என்பதாகும். சிங்கப்பூரில் உள்ள ஹவ்பர்விலா (Haw Par Villa) என்கிற இடத்தில் தலைவலி நிவாரணி டைகர் பாம் நிறுவனத்தாரால் நிர்வகிக்கப்பட்டு வரும் இந்தப் பூங்காவில் உயரமான சிலைகள் (சிமெண்ட் காரைகளால் உருவாக்கப்பட்டிருக்கின்றன) குழந்தைகளைக் கவருவதற்காகவே வைக்கப்பட்டிருக்கின்றன. அத்துடன் அழகிய புத்தர் சிலையும் இங்கே காட்சியளிக்கின்றது. இவற்றின் அழகை எப்படியும் தமிழ் மக்கள் கண்டுகளிக்கச் செய்திருக்கிறார் எம்.ஜி.ஆர்.

> முள்ளில் ரோஜா மலர்ந்ததாலே
> முள்ளுக்கு என்ன பெருமை
> சிப்பிக்குள்ளே பிறந்ததாலே
> முத்துக்கு என்ன சிறுமை

புலவர் புலமைப்பித்தன் அவர்கள் இயற்றிய இப்பாடலில் பல்லவி மட்டுமல்ல. சரணங்களும் சிந்தனைக்கு விருந்தாகும்! குழந்தை களுக்கு மனதில் பதிய வேண்டிய பாடங்களாகும்! கதையின் நாயகன் நாயகி தவிர.. நகைச்சுவை நாயகன் நாகேஷ் அவர் களுடைய பங்கு இப்பாடலுக்கு மகுடம் சூட்டியது!

இருவரிக் குறள்போல் இனிமையும் அருமையும் நிறைந்திருக்க..

> வானில் நீந்தும் நிலவில்
> நாளை பள்ளிக்கூடம் நடக்கும்
> காற்றில் ஏறி பயணம் செல்ல
> பாதை அங்கே இருக்கும்

எதிர்கால சந்ததியினர் எப்படி பேதங்களின்றி ஒரே குலமாக வாழ வேண்டும் என்கிற உயரிய சிந்தனையை விதைத்த பாடல்!

பாடலின் மேலாண்மை அதிகாரம்

எதிர்கால சந்ததியினர் எப்படி பேதங்களின்றி ஒரே குலமாக வாழ வேண்டும் என்கிற உயரிய சிந்தனையை விதைத்த பாடல்!

Live by laughing; Don't live by laughing at others

A heart that lives in love worships itself as if it were a god.

A man without desire worships himself.

Where will suffering come near?

There is pleasure in gold, there is pleasure in fame.

My heart is always enchanted. Seeing you smiling like a flower, I will understand the truth.

What glory is there for a rose that blooms on a thorn? What humiliation is there for a pearl that is born inside a shell? Wherever there is goodness, a world that accepts it, comes there, embraces it, and appreciates it.

On the moon floating in the sky, Tomorrow school will be held; To travel on the air - There will be a path

Children living everywhere Study together

No caste or religion Sing and laughing

Pulavar Pulamaippitthan's fantastic lyrics jotted showing the Happiness particularly in the faces of children and a path for a socialistic society.

38. இங்கு நல்லாயிருக்கணும்

'ஒரு தாய் மக்கள்' திரைப்படத்திற்காக உருவான பாடலிது! மெல்லிசை மன்னர் எம்.எஸ்.விஸ்வநாதன் இசையில் டி.எம். சௌந்திரராஜன் - பி.சுசீலா குழுவினருடன் பாடியது! மக்கள் திலகத்திற்காக கவிஞர் வாலியின் தமிழ் வாகை சூடி வருகிறது பாருங்கள்! ஒரு திரைப்படப் பாடல் எப்படி இருக்க வேண்டும் என்பதற்கு இலக்கணம் வகுத்தாற்போல அமைந்த பாடல்! அதுவும் எம்.ஜி.ஆர் தன் மனதைத் திறந்து காட்டினால் அதில் என்னென்ன எண்ணங்கள் இருக்குமோ அத்தனையும் பாட்டு வரிகளாய்!

முதல் நான்கு வரிகளும் எல்லோரும் நலமாய் இருக்க வேண்டும் என்கிற பொதுவுடைமை சித்தாந்தத்தையே முன்னிறுத்தி பல்லவியா கிறது! ஒன்றுபட்டால் உண்டு வாழ்வே என்கிற சான்றோர் சொல்லின் மறுபதிவாக!

இங்கு நல்லா இருக்கணும் எல்லோரும்
நலம் எல்லாம் இருக்கணும் எந்நாளும்
நாம ஒண்ணோடு ஒண்ணாக சேரனும்
இந்த மண்ணெல்லாம் பொன்னாக மாறனும்

சுயநலத்திற்கும் பொதுநலத்திற்கும் விளக்கம் தருகின்ற வரிகள். இயற்கையின் வடிவங்களான காற்று, மழை போன்றவை என்றும் பொதுவில் தான் இருப்பதால் அந்த கடவுளுக்கும் பொதுவுடைமை கருத்தில் இருக்குது என்று ரத்தினச் சுருக்கமாக விளங்க வைக்கிறார்!

ஊரும் உறவும் தொணைஇருந்தா
ஒசந்து வாழலாம்
எதையும் ஒனக்கு மட்டும் சேர்த்துவச்சா
உலகம் ஏசலாம்

உழைப்பவன் இன்றி இவ்வுலகம் வாழ்வு பெறாது! உயிர்க்கெல்லாம் உண்டி கொடுப்பவன் உழவன்தானே! அவன் வாழ்வு உயர வேண்டும் என்கிற உயரிய சிந்தனையை பாட்டு வரிகளில் தந்து, மக்கள் நெஞ்சங்களில் பதிய வைக்கிறார்!

ஏத்தம் போட்டு ஊத்து நீரை ஏறச்சது யாரு
நெலத்தஏறு பூட்டி உழுது போட்டு வெதச்சது யாரு
சோத்து கவலை தீர்த்து வைக்க
ஒழச்சதுயாரு -
அந்த சமுதாயம் காலமெல்லாம் சிரிக்கணும் பாரு

தான் சார்ந்திருந்த கட்சியின் கொடியின் வண்ணங்களைப் பாட்டு வரியில் வைத்திடும்போது கழகத்தவரும், ரசிகர்களும் பெறுகின்ற மகிழ்ச்சி எத்தனை என்பதை வெள்ளித்திரையைத் தன்னுள் அடக்கிய திரை அரங்கங்கள் அல்லவா அன்று சாட்சி சொன்னது!

உச்சிவெயில் சூடுபட்டு
ஒடம்பு கருத்தது
இந்த ஊருக்காக ஒழச்சு ஒழச்சு
கண்கள் சிவந்தது

இப்பாடலை மீண்டும் மீண்டும் கேட்கும்போது.. மற்றொரு பாடல் மனதிற்குள் வந்து கொண்டாட்டம் போட்டது! எந்தப் பாடல் என்று நினைவுக்கு வருகிறதா? இதே கருத்துக்கள்.. இதே இசைப்பின்னணி என்று ஒன்றிய அம்சங்கள் ஓடிவந்தன! ஆம்.. சத்யா மூவிஸாரின் இதயக்கனி திரைப்படத்தில் புரட்சித்தலைவரின் அறிமுகக் காட்சிப்

பாடல்.. நீங்க நல்லா இருக்கணும் நாடு முன்னேற.. அதிலும் பொது வுடைமையும் தொழிலாளர் நலனும்தானே பொருளடக்கங்களாக!

எண்ணிப் பார்த்தால்.. எம்.ஜி.ஆர். தான் சாதாரண நடிகராக இருந்த நாட்களிலிருந்து புகழின் உச்சிக்குச் சென்றபோதும்.. இதுபோன்ற நல்ல கருத்துக்களைப் பாடலில் பதிவு செய்ய ஒரு நாளும் தவற வில்லை என்பதே புலனாகிறது!

பாடலின் மேலாண்மை அதிகாரம்

எல்லோரும் நலமாய் இருக்க வேண்டும் என்கிற எண்ணம் போற்றப்பட வேண்டிய பொதுவுடைமை சித்தாந்தம். ஒன்றுபட்டால் உண்டு வாழ்வே என்கிற சான்றோர் சொல்லின் மறுபதிவாக!

சுயநலத்திற்கும், பொது நலத்திற்கும் விளக்கம் தருகின்ற வரிகள்.. இயற்கையின் வடிவங்களான காற்று, மழை போன்றவை என்றும் பொதுவில்தான் இருப்பதால் அந்த கடவுளுக்கும் பொதுவுடைமை கருத்தில் இருக்குது என்று ரத்தினச் சுருக்கமாக விளங்க வைக்கிறார்!

May everyone be well here; May all be well
May we all be united; May this land turn into gold
The rain that waits for is common to everyone.
That god also has the concept of common ownership.
The sun is hot and my body is black, I am thirsty for this city, my eyes are red, Look at the black and red hair, tell me that our time is now.
Kavingar Vaali's lyrics that shows human mankind is the same on the earth. Equality among people ofcourse a dream that is to be fulfilled in future.

39. நல்ல நல்ல நிலம் பார்த்து

'**விவசாயி**' திரைப்படத்திற்காக கவிஞர் மருதகாசி, கவிஞர் உடுமலை நாராயண கவி போன்ற பெருமக்கள் எழுதிய வரிகள் அழுத்தமான அர்த்தங்களை உள்ளடக்கி அன்றும், இன்றும், என்றும் இவ்வுலகிற்குத் தேவையான வரிகளைக் கொண்டு திகழ்கின்றன! இந்த மண்ணிற்கு உண்டான பாரம்பரியங்கள், மரபுவழி நெறிகள், மாண்புகள் இவற்றை அடுத்தத் தலைமுறைக்குக் கொண்டு செல்வது இன்றியமையாத ஒன்று என்பதை உணர்ந்த கவிஞர் பெருமக்கள் தங்களின் பங்களிப்பாய் பாட்டுக்குள் பத்திரமாய் அந்தப் பதிவு களைத் தந்தார்கள்!

வானிலிருந்து ஒரு தேவ மைந்தன் வந்ததைப்போல் தமிழ்த் திரைக்குக் கிடைத்தப் பொக்கிஷமாம் பொன்மனச் செம்மல்.. எம்.ஜி.ஆர். தன்னுடைய தனி வாழ்க்கைக்கும் பொது வாழ்க்கைக்கும் இடைவெளியில்லாமல் நடந்து கொண்ட மாமனிதர்! இலட்சியங் களை மனதில் ஏந்தி.. மக்கள் நலனையே முன்னிலைப்படுத்தி, எந்நாளும் அதற்காக உழைத்தவர் அவர் என்பதால்,. திரையில் அவர் தோன்றி இதுபோன்ற கருத்துக்களை முழங்கியபோது வரவேற்பு மட்டுமல்ல..

> இதனை இவண்முடிக்கும் என்றாய்ந்து
> அதனை அவன்கண் விடல்.

என்கிற வள்ளுவனின் தொலைநோக்குப் பார்வையில் எம்.ஜி.ஆர் தெரிந்திருக்கிறார் போல் தோன்றுகிறது!

கொள்கைகளும் கோட்பாடுகளும் இலட்சியம் உள்ள மனிதனுக்கு இயல்புகளாகின்றன. தானும், தன்னைச் சேர்ந்த சமுதாயமும் நல்வழி நடக்க இவையே வழித்தடங்களாகின்றன. பூமியிலும் நஞ்சையென்றும், புஞ்சையென்றும், பாலையென்றும் பல்வகைகள் கிடக்க, எந்தப் பயிரை எந்த நிலத்தில் எப்போது பயிரிட வேண்டுமென்ற அறிவு நம் முன்னோர்களுக்கு நிரம்பவே இருந்தது.

விவசாயி திரைப்படத்தில் இடம் பெற்ற இப்பாடல் திரையிசைத் திலகம் கே.வி.மகாதேவன் இசையில் டி.எம்.சௌந்திரராஜன் பாடிட வரிகளை வார்த்துக் கொடுத்த வள்ளல் உடுமலை நாராயண கவி ஆவார். புரட்சி நடிகர் எம்.ஜி.ஆர். நடித்த படமென்பதால் இதில் கொள்கைப் பாடல்கள் நிச்சயமிருக்கும். எனவே பல்லவியின் இரண்டாவது வரி நாட்டு மக்கள் மனங்களிலே நாணயத்தை வளர்க்கிறது!

> நல்ல நல்ல நிலம் பார்த்து நாமும் விதை விதைக்கணும்
> நாட்டு மக்கள் மனங்களிலே நாணயத்தை வளர்க்கணும்
> பள்ளி என்ற நிலங்களிலே கல்விதனை விதைக்கணும்
> பிள்ளைகளை சீர்திருத்தி பெரியவர்கள் ஆக்கணும்

பொதுவுடைமைச் சமுதாயம் மலர்ந்து எல்லோரும் எல்லாமும் பெற கவிஞன்தான் கற்பனையில் சாலை அமைக்கிறான். அதைத் திரைத் துறை தத்தெடுத்துக் கொள்கிறது. ஒவ்வொரு படத்திலும் தவறாமல் நீதி நெறிகள் சொல்லும் கதாநாயகனாக வலம் வருகின்ற எம்.ஜி.ஆர். இப்படத்தில் இடம்பெற்ற மூன்று பாடல்கள் வாயிலாக வெற்றி எனும் முத்தெடுத்திருக்கிறார் என்றால் அது மிகையில்லை!

> கன்னியர்க்கும் காளையர்க்கும் கட்டுப்பாட்டை விதைத்து
> கற்புநிலை தவறாத காதல் பயிர் வளர்த்து
> அன்னைதந்தை ஆனவர்க்கு தம் பொறுப்பை விதைத்து

பின்வரும் சந்ததியை பேணும் முறை வளர்த்து
இருப்பவர்கள் இதயத்திலே இரக்கமதை விதைக்கணும்
இல்லாதார் வாழ்க்கையிலே இன்பப்பயிர் வளர்க்கணும்

கட்டுப்பாடுகளைத் தாமே ஏற்கும் சமுதாயம் ஒருநாளும் சீர் கெடாது. தத்தம் பொறுப்புகளைத் தாமே முன்வந்து உணர்ந்து செயல்படின் அதுவே ஒட்டுமொத்த சமுதாய வளர்ச்சிக்கு வழிவகுக்கும்.

பார்முழுதும் மனிதக் குலப் பண்புதனை விதைத்து
பாமரர்கள் நெஞ்சத்திலே பகுத்தறிவை வளர்த்து
போர்முறையை கொண்டவர்க்கு நேர்முறையை விதைத்து
சீர்வளர தினமும் வேகமதை வளர்த்து பெற்ற திருநாட்டினிலே
பற்றுதனை விதைக்கணும் பற்றுதனை விதைத்துவிட்டு
நல்ல ஒற்றுமையை வளர்க்கணும்

மேலும் இருப்பவர் மனத்திலே இரக்கத்தை விதைத்துவிட்டால் இல்லாதவர் வாழ்க்கையில் இன்பப்பயிர் விளைந்திடும் என்கிற கருத்துக்கள் பொதுவுடைமைப் பூங்காவில் பூத்த மலர்களாக நாம் விளங்க இசைவழியே வழிந்துவரும் இனிமையான பாடல் தருகின்ற சத்தான வித்துக்களாகும்!

மேலும் பகுத்தறிவும் ஒற்றுமையும் நமக்குத் தேவையானவை என்று வலியுறுத்தி பார் முழுதும் உள்ள மனிதர்களின் நெஞ்சில் பதிய வேண்டிய கருத்து முத்துக்களை பட்டியலிட்டிருக்கிறார்.

பாடலின் மேலாண்மை அதிகாரம்

இந்த மண்ணிற்கு உண்டான பாரம்பரியங்கள், மரபுவழி நெறிகள், மாண்புகள் இவற்றை அடுத்தத் தலைமுறைக்குக் கொண்டு செல்வது அவசியம்! கொள்கைகளும் கோட்பாடுகளும் இலட்சியம் உள்ள மனிதனுக்கு இயல்புகளாகின்றன. தானும், தன்னைச் சேர்ந்த சமுதாயமும் நல்வழி நடக்க இவையே வழித்தடங்களாகின்றன.

கட்டுப்பாடுகளைத் தாமே ஏற்கும் சமுதாயம் ஒருநாளும் சீர்கெடாது. தத்தம் பொறுப்புகளைத் தாமே முன்வந்து உணர்ந்து செயல்படின் அதுவே ஒட்டுமொத்த சமுதாய வளர்ச்சிக்கு வழிவகுக்கும்.

Seeing good land, we too should sow seeds to cultivate the good habits in the minds of the people.

We should sow the seeds of wisdom, reform the children and make them adults, sow discipline among the maidens and the bulls, and cultivate the crop of love without failing to maintain the state of discipline.

Those who have become parents should sow their responsibility and cultivate the way of raising the next generation. Those who have not sowed compassion in their hearts should cultivate the crop of happiness in their lives.

Sow the virtues of humanity throughout the world, cultivate reason in the hearts of the laity, Sow virtue in those who have the martial arts, cultivate daily devotion to grow, and sow devotion in the country we have acquired.

Udumalai Narayana Kavirayar's lyrics - giving the best to all.

40. அன்புக்கு நான் அடிமை..

உலக உயிர்களின் ஆதார ஸ்ருதி அன்பு மட்டுமே! அன்பு மனவீணை மீட்டி எழும் ஆனந்த ராகத்தில்தான் இன்பமயமிருக்கும்! இவ்வுலகம் இயக்கம் பெறும்! நீ... நான் என்பதைவிட நாம் என்பதில் சுகமிருக்கும்! பொருளிருக்கும்! இறைவன் மீது கொள்கின்ற பக்தி என்பது என்ன? அன்பின் மிகுதிதானே? எனவேதான், அடியார்க்கு அடியாராக இறைவனே திருவிளையாடல் புரிந்ததாக புராணங்கள் சொல்கின்றன.

'இன்று போல் என்றும் வாழ்க' என்னும் திரைப்படத்தில் கதாநாயகன் எம்.ஜி.ஆர். நாகரீக மோகத்தில் நடைபெறும் ஒரு கேளிக்கை வரவேற்பில் பாடுகின்ற பாட்டு!

எத்தனையோ பக்கங்களில் எழுதப்பட வேண்டிய கருத்தோவியத்தை தன் தூரிகையால் கவிதையாக்கி ஒற்றைப் பாடலில் நிலைநிறுத்திக் காட்டியிருக்கிறார் கவிஞர் முத்துலிங்கம்!

      அன்புக்கு நான் அடிமை...
      தமிழ் பண்புக்கு நான் அடிமை

> நல்ல கொள்கைக்கு நான் அடிமை
> தொண்டர் கூட்டத்தில் நான் அடிமை
> அன்புக்கு நான் அடிமை
> தமிழ் பண்புக்கு நான் அடிமை
> இன்பங்கள் இங்கே பொங்கி வழியும்
> முகங்கள் நான் பார்க்கிறேன்
> இதயம் எங்கும் பாலைவனம் போல்
> இருக்கும் நிலை பார்க்கிறேன்
> அன்பு பணிவு அடக்கம் எங்கே
> தேடிபார்த்தேன் தென்படவில்லை

அறவழியில் செல்ல வேண்டிய மனத்தை ஆர்ப்பரிக்கும் நவநாகரீக மோகம் வந்து அலைக்கழிப்பதை அடையாளம் காட்டுகிறார். ஏழைகள் வாழ்வில் ஒரு பக்கம் இல்லாமையால் வாடுகிறபோது, செல்வந்தர்கள் மறுபக்கம் அளவின்றி செலவிடுவதை அழகாக எடுத்துக் காட்டிய இனிய பல்லவி..

'அன்புக்கு நான் அடிமை' என்கிறது!

> குடிக்கும் நீரை விலைகள் பேசி
> கொடுக்கும் கூட்டம் அங்கே
> இருக்கும் காசை தண்ணீர் போலே
> இரைக்கும் கூட்டம் இங்கே
> ஆடை பாதி ஆளும் பாதி
> அறிவும் பாதி ஆனது இங்கே

தமிழக மக்களின் ஏகோபித்த வாழ்த்துக்களோடு அரியணையேற விருந்த மக்கள் திலகத்தின் திரை வரலாற்றின் கடைசிப் பக்கங்களில் இடம் பெற்ற பாடல்! 'இன்றுபோல் என்றும் வாழ்க' இதிலே கனிந்த நல் மனதில் தோன்றும் கருணையின் வார்த்தைச் சரங்கள் சுகம் சுகமாய் பவனிவரும் சுந்தரத் தமிழைக் கேளுங்கள்! கானக் குரலெடுத்து கவரும் கே.ஜே.யேசுதாஸ் பாடிடும் பாடலாய்.. மெல்லிசை மன்னரின் இன்னிசையில் நம்மை ஈர்த்திடும் இனிய பாடல்! நல்லவர் உள்ளமெல்லாம் வள்ளலைப் போற்றியிருக்க.. நற்றமிழில் பாடல் இயற்றி நலமுறத் தந்தாய் வாழி என முத்து

லிங்கத்தைப் பாராட்டலாமே!

உள்ளத்தில் ஒன்றும் உதட்டில் ஒன்றும்
உறவு கொண்டீர்களே
கடமை கண்ணியம் கட்டுப்பாட்டை
மறந்து போனீர்களே
நாகரீகம் என்பது எல்லாம்
போதையான பாதை அல்ல

பாடலின் மேலாண்மை அதிகாரம்

உலக உயிர்களின் ஆதார ஸ்ருதி அன்பு மட்டுமே! அன்பு மனவீணை மீட்டி எழும் ஆனந்த ராகத்தில்தான் இன்பமயமிருக்கும்! இவ்வுலகம் இயக்கம் பெறும்! நீ நான் என்பதைவிட நாம் என்பதில் சுகமிருக்கும்! பொருளிருக்கும்! இறைவன் மீது கொள்கின்ற பக்தி என்பது என்ன? அன்பின் மிகுதிதானே?

இன்றைய காலக்கட்டத்தில் போதைக்கு அடிமையாகும் ஏராளமான இளைய தலைமுறையினரையும் மீட்டெடுக்க வேண்டிய தருணமிது!

I am a slave to love..... I am a slave to Tamil culture.....

I see faces overflowing with joy here, I see hearts like deserts. Where is love, humility, and modesty?

I searched and found none. There is a crowd that negotiates prices for drinking water. There is a crowd that sells money like water.

One in the heart, one on the lips

You have become related

You have forgotten duty, dignity, control

Civilization is not a path of intoxication

Kavingar Muthulingam's lines are still required in the State to protect the valuable human lives.

நாளுமே நீ வாழ்க! நெஞ்சத்தால் வாழ்த்துகிறேன்!!

காலத்தை வென்றுநிற்கும் காவியப் பாடல்கள்
(புரட்சித்தலைவரின் பாதையில்)

எம்.ஜி.ஆரின் ஆளப்பிறந்த பாடல்கள்

ஏழைகளின் மனத்தினிலே ஒரு தலைவன்
    இன்றைக்கும் என்றைக்கும் இருக்கின்றானே
கோழைகளாய் அசிங்கமாக அவனைப் பேசி
    கொலு வீற்றிருந்தார்கள் தன்னை யெல்லாம்
மோழைகளாய் வீழ்த்தி அவர்தம்மின் முன்னால்
    முதல்வரென ஏழைகளால் அவன் இருந்தான்
நாளை எந்தநாளும் அந்த எம்.ஜி.ஆராம்
    நாயகனே ஏழைகளின் ஒரே தலைவன்

மறைந்தவர்கள் அனைவருமே மறைந்தா போனார்
மக்களுக்கு உதவியவர் இன்றும் உள்ளார்
இறந்து விட்டார் என்றவரைச் சொல்லுவது
இழிமொழியாய் ஆகிவிடும் நிறுத்திக் கொள்வீர்
சிறந்தவராய் அனைவருக்கும் உதவி செய்து
சேர்த்தெதையும் வைக்காமல் கொடுத்து வாழ்ந்த
பரந்தமனம் கொண்டோர்கள் என்றும் உள்ளோர்
பார்க்கின்றோம் எம்.ஜி.ஆர். எங்கும் உள்ளார்

கொடுப்பதிலே சுகம் கண்டு விட்டவர்கள்
கொடுப்பார்கள் கொடுப்பார்கள் போதை யேறி
அடுத்தவர்க்கு இன்பம் வர அளிப்பதிலே
அவர்கொள்ளும் இன்பமதோ கோடி கோடி
தடுப்பதற்கு முயல்கின்ற உறவைக் கூட
தள்ளி வைத்தே கொடுப்பார்கள் அவர்க்கும்கூட
சிறப்பிதனைக் கைக்கொண்டார் மட்டும் இங்கே
செத்தொழிவதில்லை என்றும் வாழ்ந்தே வென்றார்

அடுப்பதனைப் பற்றவைத்து விட்டுச்சென்று அங்கே
அய்யா என்றழைத்தாலே போதும் உடன்
பருப்புவரும் அரிசிவரும் பல சரக்குப்
படையெடுத்து ஓடிவரும் அதன் விளைவாய்
தொடுத்து வரும் உதவியினால் அக்குடும்பம்
தொல்லை யில்லா வாழ்க்கையதைத் துய்த்திடுமே
கொடுத்ததனால் வாழ்கின்றார் இன்றும் கூட
கொற்றவராய் எம்.ஜி.ஆர். என்னும் மன்னர்

- நெல்லை கண்ணன்

ஒப்பாரும் மிக்காரும் இல்லாத மக்கள் தலைவர்!

புரட்சித் தலைவரென்றும், பொன்மனச் செம்மலென்றும், மக்கள் திலகமென்றும் மற்றும் பல அடைமொழிகளால் தமிழக மக்கள் நெஞ்சில் நீங்கா இடம்பெற்ற தமிழ்த்திரை கண்ட சரித்திர நாயகன்.. அண்ணாவின் இதயக்கனி.. வாழ்ந்திட்ட நாள்வரையில் மக்களோடு தன் வாழ்வைப் பின்னிப் பிணைந்திருந்த சகோதரத்து வத்தின் மற்றொரு பெயர் எம்.ஜி.ஆர்!

திரையுலகில் முடிசூடா சக்கரவத்தியாகத் திகழ்ந்த அவர் சமூகத்தின் மீது அக்கறை கொண்டு நேர்மறை எண்ணங்களை மட்டுமே தனது பாத்திரங்களில் கொண்டு, ஒவ்வொரு படத்திலும் இச்சமுதாயம் மேன்மை பெற ஆழமான கருத்துக்களை விதைத்திட்ட விவசாயி அவர் என்றால் அது மிகையில்லை! தர்மம் செழித்திடவும், சமதர்மம் நிலைத்திடவும், நீதி வென்றிடவும் சமர்புரிந்த நாயகனாக அவர் உலா வந்தார்!

எத்தனையோ போராட்டங்களைக் கடந்து.. மக்களின் அபரீதமான செல்வாக்கினை எப்போதும் தன் பக்கம் தக்க வைத்திருந்த தலைவன் அவன் என்றால் மறுப்பாரில்லை! ஏன்? அவர் இம் மண்ணுலகை விட்டுப் பிரிந்து ஆண்டுகள் 38ஐ கடந்தபோதும் இன்றைக்கும் எம்.ஜி.ஆர் என்கிற திருநாமத்தை உச்சரிக்காத உதடுகள் தமிழகத்தில் இல்லை.. இல்லை.. அரசியல் களமில்லை.. நல்லோர் மனமில்லை.. ஊடகங்கள் ஏதுமில்லை..

ஒரு தனிமனிதன் இத்தனைச் செல்வாக்கைப் பெற முடியுமா என்கிற வினாவிற்கு எம்.ஜி.ஆரைப்போல் விடையளிப்பவர் வேறு ஒருவரில்லை! குறிப்பாக தாய்க்குலத்தின் ஒட்டுமொத்த வங்கி யாகவே அவர் திகழ்ந்தார்! திகழ்கிறார்! அன்னையை வணங்கி, அவர்தம் தாழ்போற்றி, எண்ணங்களால் என்றைக்கும் தூய்மையான தனயனாக தன் வாழ்நாள் முழுவதும் விளங்கிய அவர்தான் எங்கள் வீட்டுப்பிள்ளை என்று நாடே கொண்டாடி இன்றும் மகிழ்கிறது!

சத்தியத் தாயின் தவப்புதல்வன் இங்கே சரித்திரம் படைக்கப் போகிறான் என்று எவராலும் யூகித்திருக்க முடியாத வண்ணம், கெண்டியில் பிறந்த மகன் தமிழகத்தில் அடைக்கலம் பெற்ற அந்தநாள் முதல் தர்ம சிந்தனையாளனாக.. ஏழைகள் மீது இரக்கம் காட்டும் உத்தமனாக.. உழைக்கும் வர்க்கம் உயரவேண்டும் என்பதிலே அக்கறை கொண்டவனாக.. கடமை.. கண்ணியம்.. கட்டுப்பாடு ஆகியவற்றின் நேர்க்கோட்டில் பயணம் கொண்டு வாழ்க்கையின் உச்சங்களை இவர் எட்டிய அளவு இன்னொருவர் எண்ணியும் பார்க்க இயலாது என்கிற புதிய வரலாற்றைப் படைத்தவர்!

எழுத்தில் பல நூல்கள் இவரைப் பற்றி வெளிவந்தபோதும்.. எப்படி அலைகள் ஓய்வதில்லையோ அப்படி எம்.ஜி.ஆரைப் பற்றிய தகவல்கள் அடங்கிய, சரித்திரம் புகழ்ந்திடும் மாமனிதரை.. கேட்கின்ற திசையெல்லாம் எம்.ஜி.ஆரால் இவர் பெற்ற பயனிது.. எம்.ஜி.ஆரால் என் வாழ்க்கை உயர்ந்தது.. எம்.ஜி.ஆரால் உதவி பெற்று என் குடும்பம் வளர்ந்தது என்கிற செவிவழிச் சங்கதிகள் ஒன்றிரண்டல்ல.. ஓராயிரமல்ல!! பல்லாயிரம்!!

தனக்கு உவமை இல்லாதான் என்று இறைவனைச் சொல்வார்கள்.. தமிழகத்தைப் பொறுத்தவரை எம்.ஜி.ஆருக்கு உவமை இன்னொருவரில்லை என்பதுதான் சத்தியம்! எப்படி இவரின் வாழ்க்கை வெற்றிகளின் சரணாலாயம் ஆனது? மக்கள் மனதில் நிரந்தரமாக இடம் பெறக் காரணம் என்ன? இது பற்றிய ஆராய்ச்சிகள் இனி வருங்காலத்தில் நடைபெறும்! இதற்கெல்லாம் அடிப்படையாய்.. அஸ்திவாரமாய்.. நங்கூரமாய்.. திகழ்ந்தவை அவர் நடித்த திரைப் படங்களில் இடம் பெற்ற பாடல்கள் என்பதே தலையான காரணமாகும்!

ஆம்! எம்.ஜி.ஆரின் பாடல்கள் அன்றைக்கும்.. இன்றைக்கும் நாளைக்கும் தேவையான பாடங்களே! இதற்காகவே அற்புதமான பாடலாசிரியர்களையும், இசை அமைப்பாளர்களையும், பாடகர் களையும் வழங்கி அருள் செய்திருக்கிறான் இறைவன்! ஒட்டு மொத்தமாக இவர்தம் கூட்டணி உழைப்பில் உருவான ஒவ்வொரு

கானமும் கருத்தினை மனதில் பதிக்கின்றன! காலத்தை வென்று நிற்கின்றன!

இதோ.. எழுதப்பட்டிருக்கும் அத்தனை ஜீவனுள்ள பாடல்களின் தொகுப்பாக.. அவற்றின் அர்த்தபுஷ்பங்களை ஆராதிக்கும் வகையில் எழுத்துப் படையல் தொடங்குகிறேன்!

புரட்சித் தலைவரெனும் புகழின் இமயத்திற்கு.. வெற்றி நாயகனுக்கு.. நடிகன் நாடாள முடியும் என்கிற புதிய வரலாற்றைப் படைத்த எங்கள் தலைவருக்கு.. ஏழைகளின் கண்ணீரைத் தனது கண்ணீராய் எண்ணி ஓடி உதவிய உள்ளத்திற்காக அவர் திரையில் தோன்றிய காட்சிகளுக்காக அமைக்கப்பட்ட பாடல்கள் என்றாலும் உண்மையைச் சொன்னால்.. இது எம்.ஜி.ஆருக்காகவே எழுதப்பட்டவை என்பதை காலம் சொல்கிறது!!

இப்பாடல்கள் வெறும் திரைப்பாடல்கள் அல்ல! தமிழகத்தின் சாகாவரம் பெற்ற சாஸ்வதங்கள்!! எனவே.. இந்நூலுக்கு என்ன பெயரிடலாம் என்று எண்ணியபோது தோன்றிய ஒற்றை வரி..

எம்.ஜி.ஆரின் ஆளப்பிறந்த பாடல்கள்

என்பதாகும்! ஆம்! எம்.ஜி.ஆர் மட்டும் ஆளப்பிறந்தவர் அல்ல.. அவரின் பாடல்களும் அப்படித்தான்!!

வாழ்க புரட்சித் தலைவரின் புகழ்!
மலர்க மக்கள் திலகத்தின் மகத்துவம்!!

- அன்புடன்
காவிரிமைந்தன்
அலைபேசி எண் : 94442 36999

தமிழ்த்திரையின் தனிப்பெரும் சூப்பர்ஸ்டார் எம்.ஜி.ஆர்!

பொன்மனச்செம்மல் என்று பூரித்து மகிழ்ந்த திருமுருக கிருபானந்த வாரியார் அவர்கள் வழங்கிய பட்டமது எத்தனைப் பேருடைத்து? மக்கள் திலகம் என்னும் பட்டமது வழங்கியதும் கல்கண்டு தமிழ்வாணன் ஆகும்! எத்தனையோ பட்டங்கள் எவர் எவரோ பெறலாம்.. என்றாலும் எம்.ஜி.ஆருக்கு எந்தப் பட்டம் அமைந்தாலும் அத்தனையும் பொருத்தமன்றோ? மக்கள்.. மக்கள்.. என்று வாழ்க்கை முழுவதுமே மக்களைப் பற்றியே நினைத்திருந்த மாபெரும் கலைஞன்.. மக்களுக்காக ஏதாவது செய்தாக வேண்டு மென்று தன் அடிமனதில் செய்துகொண்ட சபதத்தின்படி.. அரசியல் சதுரங்கத்திலும் போராடி வெற்றி பெற்று நினைத்ததை முடித்தவன் ஆனார் என்கிற வரலாறு வேறெங்கும் உண்டா?

தான் நடித்தத் திரைப்படங்களில் எல்லாம் நல்ல கருத்துக்களை மட்டுமே வலியுறுத்தி.. வசனம்.. பாடல்கள் எல்லாவற்றிலும் அதற்கே முக்கியத்துவம் கொடுத்து முழுக்க முழுக்க கலைக்காகவே தன்னை அர்ப்பணித்து லட்சக்கணக்கான ரசிகர்களின் பாசறையை உருவாக்கி.. தன்னால் முடிந்த வகையில் இந்த சமுதாயத்திற்கு உதவிகரமாய்.. ஒவ்வொரு தனிமனிதனும் வாழ்வில் பின்பற்ற வேண்டிய கொள்கைகளை வகுத்தளித்து.. தாய் என்கிற உறவிற்கு இவ்வுலகில் வேறு யாரும் தந்திராத அளவு முக்கியத்துவத்தை ஊடக வாயிலாகவும் உவந்தளித்து.. உயர்த்தி 'தாய்க்குத் தலைமகன்' என்றும், 'தாயில்லாமல் நானில்லை' என்றும் உரக்கக்குரல் கொடுத்த உத்தமன் அவராவார்.

இவருக்கு கவிஞர்கள் அமைந்ததுபோல் வேறு எந்தக் கதா நாயகருக்கும் அமையவில்லை என்பது காலம் எழுதி வைத்திருக்கிற சத்தியம்! உடுமலை நாராயண கவி, தஞ்சை ராமையாதாஸ், பட்டுக்கோட்டை கல்யாணசுந்தரம், மக்கள் கவிஞர் மருதகாசி, கவியரசு கண்ணதாசன், கவிஞர் வாலி, புலவர் புலமைப்பித்தன்,

கவிஞர் நா.காமராசன், கவிஞர் முத்துலிங்கம் என பட்டாளம் அணிவகுத்தது அவருக்காகவே! தத்துவப் பாடலென்றாலும், கொள்கைப் பாடல்கள் என்றாலும், காதல் பாடல்கள் என்றாலும் எம்.ஜி.ஆர் பாடல்கள் என்றால் அவை அறிவின் சுரங்கமாய், இன்பத் தேனூற்றாய்.. பன்முறை கேட்டுப் பரவசம் பெறுகிற பைந்தமிழ் அமுதமாய்.. அன்றும் இன்றும் என்றும் விளங்குவது கண்கூடுதானே?

எம்.ஜி.ஆர் என்கிற தாரக மந்திரம் தமிழக வரலாற்றில் கலைத் துறையிலும், அரசியல் துறையிலும் தவிர்க்க முடியாத சொல்லானது எவ்வாறு? ஒரு தனி மனிதனால் எப்படி இப்படி சரித்திரம் படைக்க முடிந்தது? 'ஒரு கவளம் சோறு கொடுக்க முடியாமல் என் தாய் தவித்த தவிப்பு.. இந்த நாட்டில் வேறு எந்த தாய்க்கும் வந்துவிடக் கூடாது என்றுதான் சத்துணவுத் திட்டத்தைக் கொண்டு வந்தேன்' என்று திருச்சியில் அந்தத் தவப்புதல்வன் சொன்னபோது.. உருகாத நெஞ்சம் உண்டா? உள்ளம் தொடாத மனித உயிர்களுண்டா?

எம்.ஜி.ஆர் அவர்களின் பரம ரசிகன் என்பதை பெருமையோடு சொல்லிக் கொள்ளும் எனக்குக்கூட எம்.ஜி.ஆர். மீது ஒரு கோப மிருந்தது! ஆம்.. எம்.ஜி.ஆர். என்கிற மாபெரும் சக்தி தமிழகத்தில் எதையும் செய்யும் ஆற்றல் வாய்ந்ததாய் இருந்த நிலையில்.. ஆட்சியைப் பிடித்தது மட்டுமின்றி.. இந்த நாட்டில் சாதிகளைக்கூட ஒழித்திருக்கலாமோ என்றுகூட நான் எண்ணியிருந்ததுண்டு! தொழில் புரட்சியை ஏற்படுத்தி தமிழகத்தை வளமான மாநிலமாக மாற்றியிருக்கலாமே என்று அங்கலாய்த்ததுண்டு! இவையெல்லாம் ஈடேற்றாமல் சத்துணவுத்திட்டம், குழந்தைகளுக்கு காலணி என்று இலவசத் திட்டங்களை மட்டுமே செய்து வருகிறாரே என்று ஏங்கிய துண்டு! எதுவரை தெரியுமா? மேகலா சித்ரவேல் என்னும் தோழி எழுதிய எம்.ஜி.ஆர் பற்றிய நூலினை வாசிக்கும்வரை.. பக்கத்திற்கு பக்கம்.. எம்.ஜி.ஆர். தன் வாழ்க்கை முழுவதும் ஏழை மக்களை மட்டுமே நேசித்து வாழ்ந்தார் என்பதற்கு ஆதார பூர்வமான செய்திகளையும், வரலாற்றுப் பின்னணிகளையும் முன்வைத்து முழுமையாக எழுதியிருந்த அந்த நூலில்.. மாநில பட்ஜெட்டைத் தயாரிக்கும்போதுகூட ஏழைக் குடும்பங்களுக்கு என்ன செய்ய

முடியும் என்பதற்கே முன்னுரிமை தந்து ஒவ்வொரு முறையும் அதனை அமுலாக்கியிருக்கிறார் என்பதை அறிந்தபோது.. குறிப்பாக நம்மைப் போன்ற நடுத்தர வர்க்கத்தினர் குடும்பங்களில் குழந்தைகள் யாவருக்கும் வேண்டிய பொருட்களை.. வசதிகளை வாங்கித்தர அவரவர் பெற்றோர் எப்படியாவது முயன்று அவரவர் அளவில் அவ்வசதிகளை ஏற்படுத்தித் தந்து விடுகின்றனர். ஆனால்.. அடுத்த வேளை உணவிற்கு வழியில்லாமல் வாழும் ஏழைகளைப் பற்றி இந்த அளவு சிந்திக்கவும் செயல்படவும் ஒரு தலைவன் பிறந்தான் என்றால் அது எம்.ஜி.ஆர் தானே!

தமிழகத்தை, தமிழ்மொழியை எந்த அளவு நேசித்திருந்தார் என்பதற்கு எத்தனை எத்தனை உதாரணங்கள்? தந்தை பெரியார் கொண்டு வந்த தமிழ் எழுத்துச் சீர்திருத்தத்தை தனது ஆட்சியில் நடைமுறைக்கு கொண்டு வந்தவர் எம்.ஜி.ஆர்! மலையாளம் தன் தாய்மொழியாய் இருந்தாலும் அவர் உச்சரிப்பில்கூட ஒருதுளி மலையாளம் கலக்காமல் வாழ்க்கை முழுவதும் பொதுவாழ்வில் தமிழ்.. தமிழ்.. என்று தமிழ் பேசி வாழ்ந்ததும்.. தமிழிலேயே கையொப்பமிட்டதும் எம்.ஜி.ஆர் அன்றோ?

புகைப்பழக்கம், குடிப்பழக்கம் போன்றவற்றை அறவே வெறுத்து.. அவைகளை தன் ரசிகர்கள் அண்டவே கூடாது என்று பாதை வகுத்துத் தந்தவர் எம்.ஜி.ஆர் என்பதால் என்னைப் போன்ற இலட்சோப லட்சம் மக்கள் இன்றுவரை எம்.ஜி.ஆரின் வழியில்தான் தூய்மையாய் நடக்கின்றோம். உடல் நலம் பேண வேண்டும். அதற்காக தானே முன்மாதிரியாய் வாழ்வின் கடைசிவரை வாழ்ந்து காட்டிய பெருமகன்! அரசியலில் தேர்தல் பிரசாரங்களுக்கு சென்றிருந்த நாட்களிலும்கூட நள்ளிரவு வரை பொதுக்கூட்டங்கள் முடித்து மறுநாள் அதிகாலை எழுந்து உடற்பயிற்சி செய்த எம்.ஜி.ஆர். பற்றிய செய்திகள் நாம் அறிந்தவையே! சக நடிகர் களுக்கும் தங்கள் உடல் நலனில் அக்கறை செலுத்துங்கள் என்பதே எம்.ஜிஆர். அவர்களிடம் உரையாடிய முக்கிய சேதியாக இருக்கும்.

எம்.ஜி.ஆர் அவர்களின் வாழ்க்கையில் ஏற்பட்ட போராட்டங்கள்.. திருப்புமுனைகள்.. அவர் சந்தித்த வெற்றிகள்.. அவரின் வள்ளல்

தன்மை, அவரை நாடியவர்களுக்கெல்லாம் வேண்டியதெல்லாம் செய்தளித்த பெருந்தன்மை, அவரால் அடையாளம் காட்டப் பட்டோர் இன்றும் சமுதாய அளவில் கல்விக்கூடங்களின் தாளாளர் களாக காண முடிவது. ஒரு அரசியல் இயக்கம் அவரால் தோற்று விக்கப்பட்டு ஆட்சியைப் பிடித்து அரியணையில் அதே இயக்கம் அவர் உயிருள்ளவரை கனவு காண முடியாத அளவிற்கு பெரும் பான்மை பெற்றிருந்தது. அவர் மறைந்து ஆண்டுகள் 38 ஆன போதும் அவரின் பெயருக்கு உள்ள செல்வாக்கினை தமிழக அரசியல் களத்தில் உள்ளோர் பூரணமாய் அறிவர்.

காலம் மாறிவிட்டது என்று சொல்பவர்கள்கூட அரசியல் பிரச்சாரக் கூட்டங்களில் இன்றைக்கும் எம்.ஜி.ஆரின் கொள்கைப் பாடல்கள் முழக்கம் செய்யப்படுவதை மறுக்கவில்லையே? அந்த அளவு மக்களின் நாடி நரம்பில் எல்லாம் ஓடிக்கொண்டிருக்கும் குருதியில் கலந்த உணர்வுகளாய் அப்பாடல் வரிகள் அமைந்ததும்.. அதற்கேற்ற இசைக்கட்டுக்களும், குரல் வளங்களும் மக்கள் உள்ளங்களை விட்டு அகலவில்லை என்பதையே இது காட்டுகிறது! எனவே இப்பாடல்கள் தமிழகத்தில்.. திரைப்படங்களுக்காக உருவானவை என்றபோதும் தமிழகத்தை ஆளவந்த பாடல்கள் இவைதானே!

குறிப்பாக எம்.ஜி.ஆர். என்கிற தமிழ்த்திரையின் ஈடு இணையற்ற ஒப்பாரும் மிக்காரும் இல்லா சூப்பர் ஸ்டார் அவர் என்பதை நாடும், நாட்டு மக்களும் அறிந்தது மட்டுமின்றி நாளைய தலைமுறையும் வரலாறும் பறைசாற்றும்!!

- காவிரிமைந்தன்

வலம்புரி ஜான் அவர்களின் வர்ணனை

அடிமைத் தமிழகத்தின் ஆப்ரஹாம் லிங்கன் பேரறிஞர் அண்ணா!

தலை நிமிர்ந்த தமிழகத்தை முன்னேற்றப் பாதையில் முறையாக நடத்திச் செல்லும் தலைமுறைகள் தவமிருந்து பெற்ற ஒப்பற்ற முதல்வர் புரட்சித்தலைவர் எம்.ஜி.ஆர்!

அறிஞர் அண்ணா உதய நிலா! புரட்சித்தலைவர் எம்.ஜி.ஆர். அவர் தம் இதயக்கனி! மூன்றாம் முறையாக ஆட்சிச் செங்கோலை அண்ணாவின் உண்மைத்தம்பி எம்.ஜி.ஆரிடத்தில் ஒப்படைத்த தமிழகத்து தாய்மார்களே! பெரியோர்களே! நல்லிளம் சிங்கங்காள்! உங்கள் காலடி மலர்களுக்கு எங்கள் கண்ணீர் வணக்கம்!

சோலை மலரொளியோ! உந்தன் சுந்தரப் புன்னகைதான் என்கிற பாரதி கவிதைக்கு இதோ ஒரு கற்பூர ஆராதனை! கோடிப் பூக்களின் கும்மாளம்! லட்சோப லட்ச வெள்ளி நாணயங்களில் வெளிச்ச விளையாட்டு! வீடுதோறும் விளக்கெரிய நெய்யாய் ஓடிவரும் எங்கள் நேசத்தலைவன்! எங்கள் ஊனில், உடம்பில், உதிரத்தில் கலந்து மணம் வீசும் கண்ணன்! எங்கள் தமிழ் மன்னன்! அப்பல்லோ வில் ஏறிவந்த எமனையே தப்பல்லோ என்று தடுத்து நிறுத்திய தமிழ் மாறன்! தங்கள் மூளையை நம்பிக்கொண்டு அவரிடத்திலே போகிறவர்களுக்கு எம்.ஜி.ஆர். ஒரு கடினமான கணக்கு! அவர் இதயத்தை மாத்திரம் நம்பிக் கொண்டு அவரிடம் போவோருக்கு அவர் ஒரு இனிமையான கவிதை! முதல் முறையாக, வரலாற்றில் எம்.ஜி.ஆர் ஒருவரிடத்திலேதான் கணக்கும் கவிதையும் கை கோர்த்துக் கொண்டிருக்கிறது! சந்திரனைக் கண்டால் கடல் கொந்தளிக்கும்! இதோ ராமச்சந்திரனைக் கண்ட மக்கள் கடல்! வாடிய பயிர் கண்ட வான்மழை போல அலைகளிலே சலங்கை கட்டி சதிராடுகிறது. உலக வரலாற்றில் ரத்தத்தின் ரத்தமான உடன் பிறப்புகளே என்று தனது கட்சித் தொண்டர்களை கனிவுடன்

அழைத்த ஒரே தலைவர் எம்.ஜி.ஆர்! கலை உலகத்தின் காவல் தெய்வமாக அவர் இருந்த நாட்களில் அவர் நடித்தவை படங்கள் அல்ல! பாடங்கள்!!

அவர் கனவுகளை அடைகாத்த காலப்பறவை! இன்று அவரது கனவு மலர்கள் கண்விழித்து சிரிக்கின்றன! அன்று திட்டமிட்டார்! இன்று சட்டம் போடுகிறார்! நினைத்ததை முடிக்கின்ற புரட்சித் தலைவர் வாழுகின்றபோதே வரலாறு ஆகிவிட்டார்! செவ்வந்தி வானம்போல் சிவந்த மேனியன்! கண்ணன் என் காதலன்! ஆயிரம் ஆண்டுகள் எங்கள் அன்னையரின் கருவறைகளில் கார்த்திகை தீபமாய் கண்வளர்ந்த தேவன்! அவன் சொல்லுவது திராவிடத்தின் கீதை! அதுவே எங்களின் திருந்திய பாதை! அவன் நிமிர்ந்தால் இமயம்! நடந்தால் நயாகரா! நாற்புறமும் எந்திக்கும் அவன் விழிச்சிவப்பில் விந்தைகள் விளைகின்றன! மின்னலை விழுங்கி மின்சாரத்தை கொப்பளிக்கின்ற எங்கள் தலைவன்! மேகப் பெண்ணின் மெல்லிய தோழன்! இருந்தும் பூகம்பத்தின் தூதுவன்! பூமியைப் புரட்டிப் படுக்க வைக்கிற புயலின் புதிய பதிப்பு! நான் பொருளாதாரம் படித்த மேதையல்ல! புள்ளிவிவரம் தெரிந்த பேராசிரியனும் அல்ல! இருந்தும் எங்கள் தாய் எங்களை வளர்ப் பதற்காக என்ன பாடுபட்டிருக்கிறாள் என்பதை நான் நேரிலே பார்த்திருக்கிறேன்!

கருணைக் கனவாக கவிதை கருவாக ஒரு காலத்தில் விளங்கிய கருத்து புரட்சித்தலைவரின் பொற்காலத்தில் புதிய வடிவம் கொண்டது! பிரம்மன் அன்னப்பறவையாகி ஆண்டவனைக் கேட்டார்! கால் விடப்பட்டோர், பேணுனர் இல்லோர், விழி நடுக்குற்றோர் ஆற்றா மக்கள் அனைவருக்கும் அன்பைச் சொறி கிறார் புரட்சித்தலைவர்! லட்சோப லட்சம் பிள்ளைகளுக்கு இலவச சத்துணவு! சீருடை பாடநூல் தந்து தமிழகத்தை பொற்கால விடியலுக்கு நல்லாட்சி அமைந்திட உற்ற துணையாய் உறுதுணை யாய், பக்கபலமாய், படை நடத்தி வந்த தமிழகத்து மக்களே உங்களைக் கும்பிட்டுக் கேட்கிறார். நல்ல திட்டங்களை நாளும் நிறைவேற்றினேன்! அதற்காக அல்ல.. தொடர்ந்து தொய்வில்லாமல்

வரலாற்று சிறப்புமிக்க மாபெரும் திட்டங்களை நிறைவேற்றிட பூமிப்பந்தில் எங்கெல்லாம் தமிழர்கள் வாழ்கிறார்களோ.. அவர்களின் இதய சிம்மாசனத்தில் குடிகொண்டிருக்கிற பேரறிஞர் அண்ணாவின் அந்த அன்பு அரசு மீண்டும் அமைந்திட உள்ளாட்சித் தேர்தல்களிலும், ஊராட்சித் தேர்தல்களிலும் மாபெரும் வெற்றி தனைப் பெற்றிட உங்களை அன்போடு அழைக்கிறார்!

எத்தனை திட்டங்கள் - அன்புவெள்ளத்தில் மிதக்கின்ற அருமைத் தலைவர் நாட்டில் ஒவ்வொரு நாளும் நிறைவேற்றி வருகிறார். மரங்களே மலர்களைக் காட்டி விளம்பரம் பண்ணுகிற போது மனிதன் நான் பண்ண வேண்டாமா என்று கேட்டு.. தங்களை முன்னிறுத்திய தலைவர்கள் இருந்தார்கள்! ஆனால் புகழுக்காக அல்ல.. விளம்பரத்திற்காக அல்ல! வெள்ளமென்றாலும் ஏழை மக்களின் கண்ணீர் வெள்ளத்தைத் துடைப்பதென்றாலும் விளம்பரத்திற்காக அல்லாமல் தானே முன்வந்து நிற்கின்ற மனிதாபிமானி! கசங்கிய கண் என்றால் கண்ணீர் மதகுகளை முட்டிக் கொண்டு வெளியிலே வருகிறதென்றால் அது சிறுவரோ.. பெரியவரோ.. இன்றைக்கு அவர்களின் துயரத்தைத் துடைப்பதற்கு ஒருமனிதர் உண்டென்றால் அந்த மாபெரும் மனிதர் மனிதாபிமானி புரட்சித்தலைவர் எம்.ஜி.ஆர். ஒருவர்தான்!

எந்த வீட்டில் தாய் இருந்தாலும் என் பிள்ளை என்று அவர் நினைக்கிறார்! இலங்கைத் தமிழருக்காய் விடுதலைப்புலிகள் வீரமுழக்கம் செய்திட்டார்! அவர்தம் நினைவை இன்றைக்கும் போற்றுகின்ற திராவிடத்தின் பெருந்தலைவர் எம்.ஜி.ஆர். உங்களை விரும்பிக் கேட்கிறார்! ஏழை எளியோர் எங்கிருந்தாலும் குடிசை வாசிகள் எங்கே இருந்தாலும் இன்றைக்கு அவர்களின் வீடுகளில் மின்சார வெளிச்சம் பாய்கிறதே! இன்று அவர் நெஞ்சங்களில் எல்லாம் பால்வெள்ளம் பொங்குகிறதே! அத்தனைக்கும் காரணம் புரட்சித்தலைவர் எம்.ஜி.ஆர். தானே! எத்தனையோ முதியவர்கள் இன்று வயிராற உண்ணுகிறார்களே எங்கள் பெற்ற பிள்ளைகள் எங்களைப் பார்க்காவிட்டாலும் கவனிக்காவிட்டாலும் எங்கள் பிள்ளை இராமச்சந்திரன் எங்கோ இருக்கிறான், அவன் பார்ப்பான்

என்கிறார்களே! இன்றைக்கு அவர் புகழப்படுகிற மனிதர்களின் பட்டியல் நீண்டு கொண்டே போகிறது!

சிறந்த கலைஞர்கள், அதைப்போல நாட்டு முதல்வர்கள், நல்ல பெரும் அறிஞர்கள் அத்தனை பேருடைய பாராட்டும் இன்றைக்கு அவருக்கே சேருகிறது! உலகத்து வரலாற்றில் தமிழ்நாட்டின் அரசுக் கட்டிலில் இருந்தவர்கள் பட்டியல் ஒருநாள் வருமென்றால் வரலாற்று வரிசைகளில் வல்லவர்களாக இருந்தவர்கள் பலர் இருந்தார்கள். ஆனால் எம்.ஜி.ஆருக்கு வருகின்ற சிறப்பெல்லாம் அவர் வல்லவர் மாத்திரமில்லை.. நல்லவர்! நல்லவர்! நல்லவர்!! அந்த நல்லவர் இன்று நாடிக் கேட்கிறார்! நல்ல தமிழ் நாட்டு மக்களே! வாக்களிப்பீர் வாக்களிப்பீர் என்று வாய் இதழவிர்ந்து அந்த குமுத மலைபோல இன்று உங்களை வணங்கிக் கேட்கிறார்! வெள்ளம் போல் தமிழர் கூட்டம்! வீரங்கொள் கூட்டம் அன்னார் உள்ளத்தால் ஒருவரே! மற்று உடலினாற் பலராய் காண்பர்! கள்ளத்தால் நெருங்குணாதே! என வையம் கல்லும் நாள் எந்த நாள்? உள்ளம் சொக்கும் நாள் எந்த நாளோ? என்று பாவேந்தன் பகர்ந்த மொழிப் படி இன்றைக்கு புரட்சித்தலைவர் புகழ் அலைகளிலே மிதக்கிறார்!

மனிதாபிமானி என்றும் மகோன்னதமான ஆட்சிசெய்தவர் என்றும் ஊரே அவரைப் பாராட்டுகிறது! மனிதாபிமானி என்று நோபல் பரிசு பெற்ற அன்னை தெரசா மனிதாபிமானத்தின் மகுடபதியாக விளங்குகிறார்! இங்கே தாயும் மகனும் இணைபிரியாத இரண்டு பறவைகளைப்போல இருக்கிற காட்சி நெஞ்சத்தை நெகிழ வைக் கிறது! இதோ புரட்சித்தலைவர் வருகிறார்! ஆந்திரத்து முதல்வர் கலை உலகத்தினுடைய காவல் தெய்வங்கள் சந்தித்துக் கொள்ளு கின்ற சரித்திர நிகழ்ச்சி! விலா எலும்புகளே! வீணை நரம்புகளே! விதைக் கூட்டங்களே! தியாக தீபங்களே! மணிப்புறாக்களே! களப்புலிகளே! எண்ணரும் தமிழ்நாட்டு மக்களை கும்பிட்டுக் கேட்கிறார்! கொடுத்துச் சிவந்த கரம் கும்பிட்டுக் கேட்டால் மாட்டோம் என்று சொல்வீர்களோ? மறுப்பீர்களோ? உங்களை வணங்கிக் கேட்கிறார்!